कर्मयोगिनी
सावित्रीबाई फुले

दिलीपराज प्रकाशनाची सर्व पुस्तके आता आपण Online खरेदी करू शकता. आमच्या website ला कृपया अवश्य भेट द्या.
www.diliprajprakashan.in

कर्मयोगिनी सावित्रीबाई फुले

डॉ. सौ. किरण नागतोडे

एम. ए. (राज्यशास्त्र, समाजशास्त्र, मराठी)
सहाय्यक प्राध्यापिका, एम्. एड्. पीएच. डी. (शिक्षणशास्त्र)
अधिव्याख्याता स्वावलंबी शिक्षण महाविद्यालय, वर्धा

दिलीपराज प्रकाशन प्रा. लि.

२५१ क, शनिवार पेठ, पुणे - ४११ ०३०

प्रकाशक

राजीव दत्तात्रय बर्वे

मॅनेजिंग डायरेक्टर

दिलीपराज प्रकाशन प्रा. लि.

२५१ क, शनिवार पेठ, पुणे ४११ ०३०.

© **डॉ. प्रा. सौ. किरण नागतोडे**

श्वेतहर्ष, कठाणे, लेआऊट,

नागपूर रोड, वर्धा

(जि. वर्धा) - ४४२००१

९४२३४२०४१४

प्रथमावृत्ती- २६ जानेवारी २०१३

प्रकाशन क्रमांक - १९८३

ISBN - 978-81-7294-978-5

टाइपसेटिंग

पितृछाया मुद्रणालय,

९०९, रविवार पेठ,

पुणे - ४११ ००२

कर्मयोगिनी सावित्रीबाई फुले / Karmyogini Savitribai Phule

मुखपृष्ठ- शिरीष घाटे

एकोणिसाव्या शतकातच एकविसाव्या शतकाची कार्ये करणाऱ्या,
केवळ 'चूल व मूल' हे स्त्रीचे कार्यक्षेत्र बंद करून
तिला सर्व क्षेत्रांत पदार्पण करण्यासाठी प्रेरित करणाऱ्या,
अंधश्रद्धा, प्रथा, परंपरा, जुन्या, चालीरिती यांना मोडीत काढून
वैज्ञानिक दृष्टिकोन निर्माण करणाऱ्या,
ज्ञानाचा दिवा घरोघरी लावणाऱ्या,
खऱ्या मानवतेचा आदर्श
जनतेसमोर प्रस्थापित करणाऱ्या
या महान कर्मयोगिनीच्या चरणकमली
हे ग्रंथपुष्प समर्पित

डॉ. सौ. किरण नागतोडे

मनोगत...

माझे स्नेही, वाचक, अभ्यासक, विद्यार्थी मित्र, बंधु-भगिनींनो,

महाराष्ट्री संत-कवि-परंपरा । तैसाचि चरित्रग्रंथाचा पसारा
वळणी लावावया समाज सारा । ग्रंथ लिहिले बहुतांनी

(ग्रामगीता)

ज्ञानाचा दिवा घरोघरी लावणाऱ्या क्रांतिज्योती सावित्रीबाई फुले यांच्या जीवनचरित्रावर व कार्यावर लिखित साहित्योद्यानातील पुष्पमालेत माझे 'कर्मयोगिनी सावित्रीबाई फुले' हे ग्रंथपुष्प सावित्रीबाई फुलेप्रेमी आदरणीय वाचक, अभ्यासक, विद्यार्थी व जनताजनार्दनाचे करकमली देताना मला अतिशय आनंद होतो आहे.

एकोणिसाव्या शतकात प्रस्थापित क्रांतिसूर्य महात्मा ज्योतिराव फुले व क्रांतिज्योती सावित्रीबाई फुले हे युगप्रवर्तक दांपत्य महाराष्ट्रातीलच नाही, तर भारतातीलच एक वैचारिक आश्चर्य आहे. कारण स्त्रीचे कार्यक्षेत्र केवळ 'चूल आणि मूल' असताना त्याला डावलून घरचा उंबरठा ओलांडून ज्योतिबांनी सावित्रीबाईंना शिक्षण दिले. आत्मप्रेरणा जागृत केली अन् सावित्रीबाईंनी शिक्षण घेतले आणि अनेक स्त्रिया, मुली, शूद्रातिशूद्रांना शिक्षण दिले व त्यांची उन्नती घडवून आणली.

धर्ममार्तंडांनी केलेला अनन्वित छळ सोसून ज्ञानाचा दिवा घरोघरी लावला. रणरागिणीचे रूप धारण करून सैतानी प्रवृत्तीचा संहार केला; तर मातृत्वाची ज्योत लावून, तेवत ठेवून अनेक महिलांना प्राण वंचनेपासून वाचविले; समाजातील अतिशय घाणेरड्या प्रथा, परंपरा मिटवून त्यांना समाजात मानाचे स्थान मिळवून दिले.

अनेक महिलामंडळे स्थापन करून महिलांमध्ये कार्यप्रेरक आत्मविश्वास जागृत केला. अशा प्रकारे देवीच्या रूपाप्रमाणे आवश्यक तेथे ते मनुष्यत्वाचे रूप साकार करून सावित्रीबाईने अनेक कुटुंबे उद्ध्वस्त होण्यापासून वाचविली एवढेच नाही, तर त्यांच्या संसाराचा गाडा योग्य वळणावर आणून विकासाप्रत पोचविला. आत्मविश्वासाच्या

वाटेवर वाटचाल करण्यासाठी सिद्ध केले. या सर्वांचे श्रेय सावित्रीबाईंनाच जाते.

आज एकविसाव्या शतकात केवळ असे एवढेच म्हणून भागणार नाही; तर आज स्त्री प्रत्येक क्षेत्रात कार्यरत आहे. भारतामध्ये दिल्लीपासून तर खेड्यातील गल्लीपर्यंत स्त्री कार्य करते आहे. मुलांपेक्षा मुली दिवसेंदिवस गुणवत्तेत सरस ठरत आहेत. असे एकीकडे म्हणत असताना स्त्रिया व मुलींबाबत कुठेतरी मनात खंत निर्माण होते. ही खंत म्हणजे स्त्रियांमधील आत्मवंचना आहे. काही लोभी कुटुंबांमध्ये स्त्रियांबाबतचा जो दृष्टिकोण आहे, तिचा मानसिक छळ करणारी प्रवृत्ती आहे, समाजातील स्त्रियांच्या संरक्षणासंदर्भातील तसेच शारीरिक व नैतिक शोषणाबद्दलची जी भयावह परिस्थिती आहे, तिचे निराकरण करणे अत्यंत गरजेचे आहे.

फुलेदांपत्याने सुरू केलेल्या शिक्षणाचा दर्जा आज उंचावला आहे; शिक्षणाने सुसंस्कृत बनलेल्या व्यक्तीच्या मनाच्या कक्षा मात्र उंचावण्यापेक्षा उत्तरोत्तर सीमित होत चाललेल्या आहेत. माणूस हा अंतराळात तसेच काही उपग्रहांवर पोचला; परंतु धरतीवर मात्र एकोप्याने, सामोपचाराने राहू शकत नाही, हे त्याच्या बाबतीत शल्य आहे आणि अशा वेळी आठवतात ते घरदाराची राखरांगोळी करून, स्त्रियांच्या, शूद्रांच्या, जनसामान्यांच्या विकासाची आग मनात लावून तिला उत्तरोत्तर प्रज्वलित करून सर्वांची कुटुंबे सुधारण्याचा प्रयत्न केला, नव्हे सुधारली, असे ते फुलेदांपत्य. दुसऱ्यासाठी जगण्यात किती अप्रतिम आनंद असतो, हे याचे ज्वलंत उदाहरण. या संदर्भात जनता कशा प्रकारची आहे, हे सांगणारे सावित्रीबाईंचे काव्य महत्त्वाचे वाटते. त्या 'सिद्धता' या काव्यात म्हणतात,

स्वतः भोगती सौख्य नाना अपार
कशी पुण्य बुद्धी तया लाभणार
मनी पाप सारे मनी भोग इच्छा
तशी स्वर्ग इच्छा घरी मोक्ष वांछा

तर 'मानव व सृष्टी' या काव्यात त्या संदर्भात लोभी व एककेंद्री जनतेला त्या शिकवण देतात. त्या म्हणतात,

सुंदर सृष्टी, सुंदर मानव, सुंदर जीवन सारे
सद्‌भावाच्या पर्जन्याने बहरूनी टाकू 'बा' रे
मानवी जीवन हे विकसूया
भय चिंता सारी सोडूनिया
इतरा जगवू स्वतः जगू या
मानवप्राणी निसर्गसृष्टी द्वय शिक्क्याचे नाणे

एकच असे ते म्हणुनि सृष्टीला शोभवू मानव लेणे

हे सर्व इथे सांगण्याचा प्रपंच यासाठी की, त्यांच्या त्या प्रकारच्या कार्याची गरज आजही एकविसाव्या शतकात आहे. किंबहुना त्या काळापेक्षा आज जास्त वाटते. आज सुशिक्षित व्यक्ती अधिक आत्मकेंद्री बनत चाललेली आहे. तिला बदलायचे आहे. फुले-दांपत्याचा आदर्श समाजातील प्रत्येक व्यक्तीने स्त्री-पुरुष, मुले-मुली यांनी ठेवायचा आहे अन् त्याप्रमाणे वाटचाल करायची आहे.

सावित्रीबाईंच्या जीवनचरित्रावर अनेक ग्रंथ उपलब्ध आहेत. परंतु तरीही आणखी असे अनेक ग्रंथ निर्मित होऊन सर्वांच्या नजरेसमोर येणे गरजेचे आहे. यातूनच सावित्रीबाईंच्या कार्याला उजाळा मिळून तो आदर्श, तो विचार, त्या कल्पना, भावना, ते खंबीर कार्य पुन:पुन्हा समाजासमोर येणे गरजेचे आहे. काही व्यक्ती हा ग्रंथ वाचून प्रेरित झाल्या तर निश्चितच माझ्या लेखनाची सार्थता होईल, असे वाटते आणि हा मार्गपथ या ग्रंथाच्या वाचनातून त्यांना मिळेल.

अमरावती विद्यापीठामध्ये सावित्रीबाईंचा 'काव्यफुले' हा काव्यसंग्रह एम. ए. १-च्या अभ्यासक्रमात होता. तसेच इतरही विद्यापीठांत सावित्रीबाईंच्या साहित्याचा भाग हा अभ्यासक्रमात नमूद करावा; एवढेच नाही; तर त्यांना एक शिक्षणतज्ज्ञ म्हणून अभ्यासक्रमातून मान्यता मिळावी, एवढे त्यांचे कार्य अमोल व अलौकिक आहे आणि यासाठी मी या ग्रंथामध्ये तसे प्रस्तुत केले आहे. तेव्हा असे घडावे अशी इच्छा व्यक्त करते आणि ईश्वरचरणी प्रार्थना करते की,

भावना प्रगटावी लोकांच्या अंतरी ।
लखलखाट दृष्टि कमलांकित सुंदरी ।।

असे व्हावे असे वाटते. या ग्रंथाच्या लिखाणासाठी अनेक प्रकारचे सहकार्य व प्रेरणा प्रा. कृष्णराव नागतोडे यांनी दिल्यामुळे ग्रंथ लवकर पूर्ण करण्यास मदत झाली. तसेच नेहमीप्रमाणे लेखनकार्यास प्रेमळ प्रेरणा व स्नेहपूर्ण दाद देणाऱ्या माझ्या मुली डॉ. सौ. हर्षिता खासबागे व सौ. श्वेता कुबडे यांनाही विसरता येणार नाही.

मा. प्राचार्य मधुकरराव देशमुख यांनी मला मार्गदर्शन केले, त्याबद्दल त्यांची मी आभारी आहे. ज्यांच्या सदिच्छा नेहमीच माझ्या पाठीशी आहेत असे मला प्रेरित करणारे, ग्रंथ उपलब्ध करून देणारे, मदत करणारे मा. डॉ. यु. पी. नाल्हे यांची मी मनापासून आभारी आहे. तसेच मा. डॉ. आर. जी. भेंडे, मा. डॉ. बी. डी. राऊत यांचीही आभारी आहे.

सर्वांत महत्त्वाचे आभार मानायचे ते दिलीपराज प्रकाशन, पुणे यांचे. प्रकाशक मा. श्री. बर्वेसाहेब यांनी हा ग्रंथ अल्पावधीत प्रकाशित केला, त्याबद्दल त्यांचे आभार

मानते.

याशिवाय अप्रत्यक्षपणे माझ्या लेखनकार्यासाठी ज्यांची मदत झाली, त्या सर्वांचे मी अंत:करणपूर्वक आभार मानते आणि शेवटी सांगू इच्छिते, की माझ्या 'कर्मयोगी विनोबा' भाग १, २, ३ या पुस्तकाला मिळालेल्या महाराष्ट्र राज्य शासनाचा 'उत्कृष्ट वाङ्मयनिर्मिती पुरस्कार' आणि इतर आठ वाङ्मयीन व अभ्यासक्रमाच्या पुस्तकाला मिळालेल्या उत्तम प्रतिसादांमुळे हे ग्रंथलेखन करण्याची इच्छा वृद्धिंगत झाली. तेव्हा वाचकवर्ग, अभ्यासकवर्ग, विद्यार्थी या ग्रंथाचे स्वागत करतील, अशी अपेक्षा आहे. त्यातील उणिवा माझ्या आहेत; परंतु चोखंदळ वाचकांनी, अभ्यासकांनी आपल्या प्रतिक्रिया न विसरता कळविल्यास त्या दूर करण्याचा प्रयत्न होईल व मी त्यांची उपकृत राहील.

डॉ. सौ. किरण कृष्णराव नागतोडे

अनुक्रमणिका

१.
तत्कालीन स्त्रीसमाज : परिस्थिती

पिता रक्षती कौमारे पती रक्षती यौवने
पुत्र रक्षती वार्धक्ये, न स्त्री स्वातंत्र्यम् अर्हती

या मनुवचनाला स्त्रीने केव्हाच खोटे ठरविले आहे. स्त्री ही शोभेची वस्तू समजली जात असे. समाजामध्ये तिचा, तिच्या व्यक्तिमत्त्वाचा कुणीही विचार करीत नव्हता. पुरुषांपेक्षा स्त्रीचा विकास अगदी नगण्य होता. पण मानवी समाजाच्या रथाची दोन चाके जर सारखी नसली तर, तो कसा काय पळू शकेल? पुरुष आणि स्त्रिया या समाजरथाच्या दोन चाकांमध्ये समतोल असायला हवा; परंतु बऱ्याचदा पुरुषांनी स्त्रियांना बरेच बंदिस्त करून आपली स्वत:चीच प्रगती कुंठित केलेली दिसते. या संदर्भात 'ग्रामगीते'मध्ये फार मार्मिक अशी ओवी राष्ट्रसंत तुकडोजीमहाराजांनी लिहिली आहे. ते म्हणतात-

हीन दुबळे केले स्त्रीसमाजा । तैसीच पुढे वाढली प्रजाप्रथा
कोणी भोगवस्तु समजोनी भली । सजवोनी ठेविली नुसती बाहुली.
त्याने घरोघरी शिरला कली । अबला बनली मायभूमी ।

परंतु स्त्रियाही वेळप्रसंगी अबला नसून कर्तव्यदक्ष आहेत, याची इतिहास साक्ष देतो. तुकडोजीमहाराज म्हणतात-

प्रल्हादाची कयाधु आई, छत्रपतीची जिजाबाई
कौसल्या, देवकी आदिसर्वाही । वंदिल्या ग्रंथी

अशा प्रकारे जिजाऊमुळे शिवछत्रपती घडले, यशोदेमुळे श्रीकृष्ण घडले, कौसल्येमुळे श्रीराम घडले. तसेच प्राचीन काळामध्ये स्त्रिया सर्व प्रकारचे कार्य करीत होत्या, हे इतिहास आम्हाला सांगतो. ब्रह्मवादिनी ज्ञानसाधना करीत असे. विष्पला ही सैन्यातील अधिकारी होती. सातवाहन राणी नयनिका ही उत्तम शासक होती. स्त्रिया कोणत्याही शाखेत प्रवेश घेऊन अभ्यास करू शकत होत्या. त्या उत्तम

सारथ्य करीत. वेदांच्या रचनेत त्यांचा स्वतंत्रपणे सहभाग होता. गार्गी, मैत्रेयी, विश्ववारा, घोषा यांनी केलेली रचना विशेष उल्लेखनीय आहे. 'थेरीगाथा' या भक्तिगीतांच्या संग्रहातून काव्य लिहिलेल्या स्त्रिया अध्यापिका, धर्मोपदेशक होत्या. 'धमादिन्न' या धर्मोपदेशिकेच्या प्रवचनांची प्रशंसा गौतम बुद्धांनी केली होती.

ही सर्व परिस्थिती स्मृतिकाळात बदलली. इसवी सनाच्या तिसऱ्या आणि चौथ्या शतकापासून स्वतंत्रपणे व्यवसाय करणाऱ्या, शिक्षण घेणाऱ्या स्त्रिया दिसेनाशा होत गेल्या. स्त्रियांचे माणूसपण जाचक बंधनाखाली झाकले गेले. त्यांची शक्ती, इच्छा, क्षमता लोपत गेली. समाजातील त्यांचे स्थान दुय्यम झाले. तिचे अस्तित्वच नष्ट केले गेले. स्त्रीला सुद्धा तिचे व्यक्तिमत्त्व आहे, भावना आहे, स्वतंत्र विचारशक्ती आहे हे त्या वेळच्या पुरुषप्रधान समाजरचनेत नाकारले गेले होते आणि स्त्री म्हणजे 'गुलामाचे गुलाम' अशी परिस्थिती निर्माण झाली होती. समाज चैतन्यहीन बनला. अगदी निपचित पडल्यासारखा झाला होता. सर्व प्रकारचे अज्ञान, कर्मकांड, वर्णभेद, जातिभेद, बालविवाह, केशवपन, सतीची चाल यांसारख्या घाणेरड्या प्रथा-परंपरांनी पूर्ण समाज ग्रासलेला होता. स्त्री ही तर पायाखालची मातीच समजून तिला कशाही प्रकारे चेंगरून तिचे अस्तित्वही राहणार नाही, अशी स्थिती केलेली होती. स्त्रीचा विचार डोक्यात आला की अंगातून शहारे उभे राहावेत आणि तिला समाजात कोणी वालीच उरलेला नव्हता. बरे, स्त्रीलासुद्धा याची जाणीव होत नव्हती. कारण परावलंबी जीवन, आश्रित जीवन जगण्याची सवय तिने स्वत:ला लावली होती. असे जीवन जगणे म्हणजे देवधर्माची आज्ञा पाळणे होय, हेच तिने स्वत:च्या बुद्धीस पटवले होते. पुरुषांची कामे करणे, त्यांना खाऊ-पिऊ घालणे, कुटुंबात केवळ रात्रंदिवस कार्य करणे, पुरुषाची सेवा करणे म्हणजेच चूल व मूल एवढेच तिचे कार्य होते.

वर सांगितल्याप्रमाणे मनुस्मृतीतील मनुवचनात स्त्रीवर असलेली बंधने अधिक कडक केली गेली आणि असले नसले स्त्रीत्व संपुष्टात आणले. स्त्रीधर्म काय तर पुरुषांची सेवा, स्त्रीधर्म काय तर कुटुंबामध्ये पहाटेपासून रात्रीपर्यंत काम करणे. तिच्या शरीराला विश्रांतीची गरज आहे याचा विचार नाही. स्त्रीधर्म काय तर प्रत्येक ठिकाणी पुरुषाच्या पायाखालची दासी म्हणून काम करीत राहणे. स्त्रीधर्म काय तर मुलीला लहानपणापासून याच विचारांची शिकवण देणे, अशाच जाचक बंधनाखाली तिला लहानाची मोठी करणे. मन, अंत:करण, यातना, विचार, कल्पना या शब्दांना लहानपणापासून पारखे करून त्यांपासून चार हात दूर

ठेवण्याचा प्रयत्न होत असे. बालविवाहाची अनिष्ट रूढी डोक्यावर होतीच. शिवाय विधवा म्हणून अनन्वित छळ करणे, तिचे केशवपन करणे, तिला सती पाठविणे, अशा घाणेरड्या चालीरीतींना तिला सामोरे जावे लागत असे.

हा काळ साधारणत: पेशवाईचा काळ. अशा प्रकारच्या भयानक व माणुसकीला काळिमा फासणाऱ्या अनेक भीषण घटना वारंवार घडत होत्या. एकूण समाजच सडून- किडून गेलेला होता. स्त्रीची कहाणी दगडाचेही काळीज फाडणारी होती.

म्हणून राष्ट्रकवी मैथिलीशरण गुप्त यांनी त्या वेळी कवितेत वर्णन केले होते की,

अबला जीवन हाय तेरी कहानी

आंचल मे दूध और आँखों में पानी

एकंदरीत मुलीचे लग्न करताना कमी वय, नवऱ्याचे वय जास्त आणि तो लगेच मरण पावला तर दोष त्या मुलीलाच. घरातील सर्व लोक तिला दळभद्री, अभागी, करंटी म्हणून त्रास देणार, माहेरही लग्न झाल्यानंतर तिला स्वीकारण्यास तयार नाही. रस्त्यावरून जाताना रस्ताही तिचा नाही, समोर पाऊल टाकण्याची उजागिरी नाही.

पती मेला की तिने सती जावे, केशवपन करावे, पतित विधवेचा निर्णय ब्राह्मणांनी करावा. सतत कुणाच्या तरी धाकाखाली वावरणे तिच्या नशिबात होते. स्त्री ही फक्त मोहाचे मूलस्थान मानण्यात येई. ती चंचल, अविचारी, मूर्ख असून निखालस अपात्र समजण्यात येई. स्त्रियांना शिक्षण दिले तर ती कुमार्गाला लागेल, गृहकलह माजतील, तिचे वर्तन उद्धट बनेल, असे त्या वेळी समजण्यात येई. तिचे लग्न बालवयात झाले तर ती जास्त राबेल, सर्व गोष्टी निमूटपणे सहन करील. स्त्रीची स्वतंत्र प्रज्ञा चार भिंतींच्या आत बंदिस्त केली होती. नवरा हा पतिदेव- मग तो कितीही दुर्गुणी असेना का- असे मानण्यात तिला भूषण वाटत असे.

वरीलप्रमाणे समाजात स्त्रियांची अशी स्थिती होती आणि शूद्र समाज काय सुटला होता का? नाही. स्त्रियांसारखा त्यांचाही छळ होत होता. महारमांगांची स्थिती तर केवळ पशुतुल्य होती. ब्राह्मणांचा अहंकार व जुलूम शिगेला पोचला होता. त्यांनी ब्राह्मणवस्तीतून फिरणे धोक्याचे झाले होते. आपल्या सावलीने जमीन विटाळू नये म्हणून कमरेला फांदी आणि थुंकण्यासाठी गळ्यात मडके बांधावे लागे. तोंडात तेल, शेंदूर घालून इमारतीच्या पायात गाडल्याचीही उदाहरणे मिळाली आहेत. ब्राह्मणशाहीतले जुलूम, अत्याचार हा गेल्या २००० वर्षांपासून चालत

आलेल्या वर्णवर्चस्वाचा आविष्कार होता.

संस्कृत भाषा केवळ देववाणी आणि ती फक्त ब्राह्मणांनीच शिकावी, हा धर्म मानला गेला. शतकानुशतके अज्ञानाच्या अंधारात ठेवल्यानंतर त्यांची अस्मिता नष्ट होणे व ते मानसिक रीत्या ब्राह्मणांचे गुलाम होणे या गोष्टी आपोआपच होत गेल्या. ब्राह्मण सांगतील तो धर्म, तेच सत्य, न्याय्य अशी गुलामीची परिस्थिती उत्पन्न झाली.

एकंदर समाजच ब्राह्मणांच्या गुलामगिरीत होता. शास्त्रात स्त्रियांना, शूद्रांना शिक्षण देणे म्हणजे देवधर्म, समाज यांच्याविरुद्ध वर्तन, भयंकर अध:पतन असे सांगितले जात होते. महाराष्ट्रात सर्वत्र अज्ञान-अंधकाराचे साम्राज्य माजले असतानाही ज्ञानाचा धूसर प्रकाश दिसू लागला होता.

या वेळी इंग्रज भारतात होते. त्यांनी काही प्रमाणात १८१३ मध्ये इंग्रजी विद्येची दारे स्त्रीशूद्रादिकांनाही खुली केली होती. तसे पाहता इंग्रजांनी पाश्चात्त्य सुधारणांचा पाया तयार केला. पाश्चात्य सुधारणेचा परिणाम शिक्षणक्षेत्रात दिसून आला. सामाजिक क्षेत्रातही दिसून आला. त्यातून बुद्धिवाद, शास्त्रीय चिकित्सा, इतिहाससंशोधन, सुधारणांची आकांक्षा आणि सांस्कृतिक व सामाजिक पुनर्विधानाची तृष्णा निर्माण झाली. ज्या समाजात परंपरागत परिस्थिती होती. त्यावर टीका करता येत होती. समाजात स्वतंत्रपणे आपले विचार, मते मांडता येत होती.

या काळातील शाळांबरोबरच मिशनरी शाळाही शिक्षणप्रसाराचे कार्य करीत होत्या. समाजातील काही विद्वान व्यक्ती-बाळशास्त्री जांभेकर, भाऊ महाजन, दादोबा पांडुरंग तर्खडकर, गोपाळराव हरी देशमुख इ. तरुणांनी शिक्षण घेऊन समाजातील दोषांवर टीका करून समाजसुधारणेला अनुकूल भूमी तयार केली.

यातही काही व्यक्तींमध्ये ज्योतिबा फुले यांसारख्या व्यक्ती होत्या. त्यांनी प्राथमिक शिक्षण सरकारी शाळेत व पुढील शिक्षण स्कॉटिश मिशनच्या इंग्रजी शाळेतून घेतले. १८४७ मध्ये त्यांनी आपला सर्व अभ्यासक्रम पूर्ण केला. मिशनऱ्यांच्या शिकवणुकीचे, संस्काराचे खोल परिणाम ज्योतिबांच्या मनावर झाले होते. त्यांच्या हृदयातील दया, वाणीतील गोडवा, विचारातील समानता या गोष्टींनी ज्योतिबा भारावून गेले होते. 'गरज ही शोधाची जननी' याप्रमाणे ज्योतिबा फुलेंनाही आणखी एक नवीन मार्ग दिसला.

हिंदू समाजातील स्त्रियांचे आणि शूद्रांचे दु:ख दूर करायचे असेल, तर त्यांना शिकवून शहाणे केले पाहिजे; कारण अज्ञान म्हणजे अंधार, ज्ञानाअभावी सत्यासत्य, न्यायअन्याय, विवेक नाहीसा होतो, चांगले-वाईट लक्षात येत नाही. मनुष्याचे जीवन

पूर्ण विकसित करण्याचे शिक्षण हे महत्त्वाचे साधन आहे. सर्व सुधारणेचे जे मूळ ज्ञान ते दिल्याविना स्त्रीशूद्रांचा उद्धार होणे शक्य नाही, हे महात्मा फुलेंच्या लक्षात आले. स्त्री-पुरुषांमध्ये आत्मसन्मान जागा करावयाचा असेल, तर त्यांना शिक्षण दिलेच पाहिजे. कारण,

विद्येविना मति गेली । मतीविना निती गेली
निती विना गति गेले । गतीविना वित्त गेले
वित्ताविना शूद्र खचले । इतके अनर्थ एका अविद्येने केले।

असे महात्मा ज्योतिबा फुले यांचे म्हणणे होते. म्हणून मनुष्याच्या जीवनात शिक्षण फार महत्त्वाचे आहे. त्याने शिक्षणाचा पाठपुरावा करायलाच पाहिजे, स्त्रियांना, शूद्रांना शिक्षण देऊन अज्ञानाच्या अंधकारातून दूर सारलेच पाहिजे, असे त्यांनी ठाम मत मांडले आणि कार्य सुरू केले. या कार्यात सिंहाचा वाटा उचलण्यासाठी सावित्रीबाईंचे कार्य अमोल आहे. ते कार्य स्त्रियांना, सामान्य व्यक्तीला प्रेरक ठरणारे आहे. तेव्हा त्यांचा जीवनालेख पुढीलप्रमाणे.

 OO

२.
सावित्रीचा ज्योती-आविष्कार

एकोणिसाव्या शतकामध्ये स्त्रियांना व शूद्रांना अज्ञानाच्या व गुलामगिरीच्या अंधकाराच्या पाशांतून सोडवणारी व शैक्षणिक प्रबोधन चळवळ सुरू करणारी, बहुजन समाजाला जीवनाचा योग्य, नवीन मार्ग दाखवून देणारी क्रांतिकारी युगस्त्री म्हणजे सावित्रीबाई फुले होय.

स्त्रीला पुढे प्रगतिपथावर आत्मविश्वासाने पावले टाकण्यासाठी शिकविणाऱ्या सावित्रीबाईंचा जन्म ३-१-१८३१ रोजी सातारा जिल्ह्यातील खंडाळा तालुक्यात 'नायगाव' या छोट्याशा गावी झाला. त्यांच्या वडिलांचे नाव खंडोजी नेवसे-पाटील व आईचे नाव लक्ष्मीबाई. सावित्रीबाईंना एक बहीण आणि तीन भाऊ होते. ह्या सर्व भावंडांमध्ये त्या मोठ्या होत्या. त्या दिसायला आईसारख्या सुंदर आणि वडिलांसारख्या धिप्पाड होत्या. त्यांचे डोळे पाणीदार होते, त्यांचे सौंदर्य आणि बाळसेदार गुटगुटीत शरीर पाहून त्यांच्या वडिलांना अतिशय आनंद झाला होता. त्या काळात मुलींना लिहायला, वाचायला शिकवीतच नसत. त्यामुळे त्या थोड्या मोठ्या झाल्यावर वडिलांबरोबर शेतात जात असत. तिथे जनावरांची देखभाल त्या करीत असत. घरीसुद्धा वेगवेगळ्या कामांत आईला मदत करीत. आईकडून उत्तम संस्कार, योग्य मार्गदर्शन आणि वडिलांकडून नेतृत्वाचे गुण मिळून अनुकूल वातावरण त्यांना मिळाले. म्हणतात ना, 'मुलाचे पाय पाळण्यात दिसतात.' त्याप्रमाणे सावित्रीबाईंचे व्यक्तिमत्त्व पुढे जसे घडले, त्या व्यक्तिमत्त्वाची चुणूक तेव्हा त्या लहान वयात दिसून येत होती. जसे की लहानपणीसुद्धा सावित्रीमध्ये स्वाभिमानीपणा दिसत होता. कुणी फालतू चेष्टा केलेली तिला खपायची नाही. परंतु आई लक्ष्मीबाईसारखा अतिशय प्रेमळपणा तिच्यात होता. प्रत्येकाच्या अडीअडचणीला ती धावून जायची. साऱ्या नायगावची ती आईच होती. अन्यायाची चीड प्रामुख्याने तिच्यामध्ये दिसून येत होती आणि

विशेष म्हणजे अन्यायाचा प्रतिकार करायलाच हवा, असे तिला वाटायचे आणि ती तो करायची. याचे उदाहरण द्यायचे झाल्यास सावित्रीबाई लहान असताना अशीच एक घटना घडली. नायगावात भैरोबाचं एक देऊळ होतं. सावित्री आपल्या मैत्रिणींबरोबर तिथे खेळत होती. भैरोबाच्या देवळात एक लहान मुलगा बसला होता. त्याच्या हातात गुलाबाचं सुंदर टपोरं फूलं होतं. कोणालाही हवंहवंसं वाटावं असंच फूल. जवळच उभ्या असलेल्या एका मोठ्या मुलानं ते पाहिलं. आडदांडपणानं तो मुलगा छोट्या मुलाच्या हातून ते फूल हिसकावून घेऊ लागला. बिचारा लहान मुलगा ओरडू लागला, रडू लागला.

सावित्रीसोबत खेळणाऱ्या मुली या भांडणाकडं फक्त बघत होत्या. सावित्रीनं ते दृश्य पाहिलं आणि ती रागाने पुढे आली व त्या मुलाला तिनं प्रश्न विचारला,

"तू या छोट्या मुलाचं फूल हिसकावून कां घेतोस?" तो मुलगा सावित्रीपेक्षा कितीतरी मोठा होता. त्यामुळे तो तिला धमकावीत बेफिकीरपणे म्हणाला, "तू मला विचारणारी कोण? त्या मुलाची काय तू बहीण आहेस?"

सावित्री त्याच्या बोलण्याला न घाबरता म्हणाली, "होय. मी त्याची बहीणच आहे. तुला काय म्हणायचं आहे? दे त्याचं फूल अन् हो चालता येथून." तिनं ते फूल त्या आडदांड मुलाकडून काढून घेतले अन् त्या छोट्या मुलाला परत केले. या प्रसंगापासून गोरगरीब, अशक्त मुलं, मुली मात्र सावित्रीवर प्रेम करू लागली.

या घटनेचा दुसरा परिणाम असा झाला की, जी खोडकर मुले, त्रास देणारी मुले होती, ती सावित्रीला भिऊ लागली. वचकू लागली. आपण जर खोडी केली, तर सावित्री आपल्याला मारल्याशिवाय आणि चांगला धडा शिकवल्याशिवाय राहणार नाही, असे वाटून चांगली वागू लागली.

सावित्री अगदी निर्भीड वृत्ती असलेली मुलगी होती. तिला स्वस्थ कधी बसवेनाच व समयसूचकताही तिच्यामध्ये होती. छोट्या सावित्रीच्या समयसूचकतेचे एक उदाहरण असे : एकदा सावित्री आपल्या मित्र-मैत्रिणींसोबत आमराईत आंबे खाण्यासाठी गेली. एका झाडावर पक्ष्याचं सुंदर घरटं होतं. घरट्यात छान छान अंडी होती. एक भला मोठा नाग ती अंडी खाण्यासाठी घरट्याकडे झेपावत होता. त्यामुळे इतर पक्षी भयभीत होऊन ओरडत होते. सावित्रीनं ते पाहिलं. तिचा मूळ स्वभाव उफाळून वर आला. नाग अंडी खातो म्हणजे काय? पक्ष्यांवर अन्यायच! तिनं एक अणकुचीदार दगड घेतला अन् अचूकपणे नागाला मारला. मग काय, नाग चवताळला. तो डूख धरून ठेवणारा. त्याने खाली उडी मारली. ते

बघून सगळी मुले गावाच्या दिशेनं धूम पळत सुटली.

सावित्री पळणाऱ्यांपैकी नव्हतीच. तिने लगेच हातात लाकडाचा दांडा घेतला अन् नागाला मारत राहिली. आणि सतत म्हणत होती. ''मेल्या, गरीब पक्ष्यांची अंडी खायला तुला लाज नाही वाटत? सोकला होतास काय? खाशील आता अंडी?'' तोवर सगळा गाव गोळा झाला होता. पाटलांनी ते दृश्य पाहिलं अन् त्यांनी आपल्या लाडक्या सावित्रीला कडेवर उचलून घेतलं. घाबरतच देवाला हात जोडत ते म्हणाले, ''देवा, माझ्या लेकरावरचं संकट तू दूर केलंस. नाहीतर आज वाईट घडलं असतं. तुझी नजर असू दे रे देवा!''

ही घटना, हे सावित्रीचे कार्य म्हणजे समाजातील विषारी नागप्रवृत्तीला ज्ञानरूपी काठीने प्रहार करून ठेचून काढणाऱ्या, या रणरागिणीच्या धाडसाचे मूळ या प्रसंगातच दडलेले आहे.

प्रयत्नांची पराकाष्ठा करणे हा तर सावित्रीचा पिंडच होता. याचे उदाहरण पुढीलप्रमाणे : उन्हाळ्याचे एप्रिल-मे महिन्यांतले दिवस होते. सावित्रीच्या मावशीचे घर एक मैलाच्या अंतरावर होते. आईला विचारून सावित्री मावशीकडे अंजिरे खायला गेली होती. मावशीची अंजिराची बाग मोठी सुंदर होती. फळांनी लगडलेल्या बागेत सावित्री मनसोक्त बागडली. गोड-गोड अंजिरांवर थंड-थंड पाणी पिण्याने सावित्री चांगलीच सुस्तावली. मावशीबरोबर गप्पा मारण्यात वेळ कसा गेला, कळलेच नाही. निसर्गाची किमया, क्षणापूर्वीच्या वैशाखवणवा एकाएकी लुप्त झाला. ढगांनी दाटी केली. सर्वत्र अंधारून आले. वाऱ्याचे झोत एखाद्या संतापलेल्या नागिणीसारखे फूत्कार टाकीत येऊ लागले. शेतात हारीने लावलेली झाडे गदगदा हलू लागली. बाजूच्या वावरातील झुडपे फडफडू लागली. हे पाहून सावित्रीने मावशीला सांगितले, ''मावशी, फार वेळ झाला. निघते मी आता.''

मावशी म्हणाली, ''वेडेपणा करू नगंस, आई समजून घेईल. इतक्यात पाणी सुरू होईल. वाटेत एक चिटपाखरूही दिसणार नाही तुला.'' सावित्री मावशीच्या बोलण्याकडे लक्ष न देता भरधाव वेगानं घराच्या दिशेने निघाली. अगदी चार पावले टाकताच मावशीचे शब्द खरे ठरले. प्रचंड वारा सुटला आणि टपोऱ्या थेंबांचा पाऊस सुरू झाला. सरीवर सरी कोसळू लागल्या. क्षणार्धात सर्वत्र पाणीच पाणी झाले. तरीही न घाबरता मावशीकडे वळून न बघता सावित्री वाऱ्यासारखी धावत सुटली आणि चिंब भिजलेल्या सावित्रीने एकदाचे घर गाठले.

मुलीचे हे अफाट धैर्य पाहून आई-वडील आश्चर्यचकित झाले. पुढे आपली ही मुलगी समाजातील लोकांसाठी धैर्याने कार्य करणार? हे थोडेच त्यांना माहीत होते,

त्या छोट्या वयातही एका मोठ्या व्यक्तिमत्त्वाचे धैर्य आणि चुणूक दिसेल, असे सावित्रीच्या आईवडिलांना कदापिही वाटले नव्हते.

उन्हाळ्याचे दिवस होते. मुले खेळत होती. खेळताना मध्येच कुणीतरी म्हटले, ''झाडावरच्या कैऱ्या काढायच्या?'' साऱ्या मुलांनी गोफणी, काठ्या बरोबर घेतल्या. बाळगोपाळांचा मेळावा निघाला आंब्याच्या झाडाकडे. झाडाच्या जवळ येताच मुले इकडेतिकडे पाहू लागली. पण काही दिसेना? क्षणाक्षणाला पक्ष्यांचा किलकिलाट होत होता. तोच एक मुलगा ओरडला, ''अरे देवा, केवढा मोठा साप! अरे तो पहा, चालला पक्ष्याच्या खोप्याकडे.'' भलामोठा कवड्या साप पाहून मुले घाबरली. काठ्या घेऊन सारी झाडाकडे धावली. तोपर्यंत सावित्रीने सापाला झाडावरून खाली पाडले होते. हातातील काठीने सारी शक्ती एकवटून त्याच्या वळवळणाऱ्या मस्तकावर ती प्रहार करीत होती. तिचे हे साहस पाहून पाटलांचे अंतःकरण भरून आले. इतरही अगदी आश्चर्याने दंग होऊन पाहत होते.

सावित्री लहान असतानाच अशी एकावर एक आश्चर्यकारक कृत्यं आणि कार्य करीत होती, की कोणीही मोठ्या व्यक्तीने आपल्या डोक्यावर हात मारावेत.

असाच एक प्रसंग. तिन्हीसांजेची वेळ होती. गुरे रानातून परतत होती. खेळून दमलेली मुले घराकडे परतत होती. घरोघरी दिवे लावले जात होते. अशा मंगलमय प्रसंगी विपरीत घडले. गळ्यातील दाव्याला हिसडे देऊन सुटलेला खोंड गावात शिरला. नाकात वारा शिरल्यासारखा बेफाम पळत सुटला. याला कसे पकडावे, कोणाला काही सुचेनासे झाले. सावित्रीने एका टोपलीत सरकी घेतली. रस्त्याच्या मध्यावर टोपले ठेवले. दोराला फासा घालून भिंतीच्या आड उभी राहिली. पळून-पळून खोंडाच्या तोंडाला फेस आला. सरकी पाहताच तो थांबला. मन लावून सरकी खाऊ लागला. सावित्रीने अतिशय सावधगिरीने त्याच्या गळ्यात फासा अडकवला व त्याला पकडले. शक्ती चालेना तेव्हा युक्तीने काम करावे, हेच बुद्धिचातुर्य तिच्या जागी दिसून येते.

घरी असो की बाहेर, नातेवाईक असो की नात्याने कुणीच नसो, सावित्रीचे वागणे सारखेच. न्याय म्हणजे न्याय, असेच तिचे असायचे.

एकदा सर्व मुले गुरांना घेऊन रानात गेली होती. सावित्रीबरोबर तिचा चुलत भाऊ संभाजी होता. संभाजी फारच खोडकर होता. इतरांच्या खोड्या काढण्यात त्याला मनस्वी आनंद मिळत असे. दुपारच्या वेळी साऱ्यांनी शिदोऱ्या सोडल्या. जेवणे झाली, पाणी पिण्यासाठी सारे नदीकडे गेले. संभाजीने बबईची वाटी

मातीखाली लपवली. परत आल्यावर तिने सर्वत्र शोधाशोध केली. वाटी सापडेना. बिचारी रडवेली झाली. सावित्रीला संभाजीची शंका आली. ती चिडून बोलली, 'संभाजी, बऱ्या बोलानं वाटी दे.'' संभाजी उत्तरला, ''नाही देत, काय करशील गं?''

''तुझं तंगडं मोडून हातात देते,'' म्हणत सावित्रीने त्याचा पाय ओढताच तो जोरात जमिनीवर आदळला. संभाजी खजील झाला. त्याने बबईची वाटी काढून दिली.

यावरून सावित्रीतील धीटपणा, अन्यायाविरुद्ध चिडणे आणि ज्यांना गरज असेल त्यांच्यासाठी धावून जाणे, हे तिचे कार्य लहानपणापासूनच राहिलेले आहे. याचा अर्थ असा नाही की सावित्री फक्त बाहेरच अशी वागायची. ती घरातील कामेसुद्धा सुंदर करायची. उत्तम प्रकारच्या सवयी लहानपणापासूनच तिल्या लागल्या होत्या. आईला घरकामात मदत करणे हा तिचा स्वभावच होऊन गेला होता.

सावित्री आपल्या इवल्याशा हाताने आईला मदत करीत असे. एके दिवशी सकाळी दूध काढायला जाताना आईने तिला सांगितले, ''सावित्री, घरातील सर्व कामे कर, मी दूध घेऊन येते.'' आज्ञाधारक सावित्रीने लगेच परकराचा काचा खोचला, भांडी स्वच्छ घासली. घरातला केर झाडून काढला. पाण्याने कासंडी भरून घेतली. पण तिला प्रश्न पडला, आता चूल कशी पेटवायची? विचार सुरू झाला. बरोबर लक्षात आले. गोवरीवर रॉकेल ओतायचे, त्यावर लाकडे रचायची, लाकडे रचून झाली की पेटवायची. झाले! लगेच चूल पेटली. भरभर धूर निघू लागला. धुरामुळे जीव कासावीस झाला. जीव घाबरला असला, तरी काम करण्यासाठी घाबरला नाही. फुंकणीने फुंकणे सुरू केले आणि विस्तव एकदाचा पेटवला. इतक्यात तिचे वडील आले. त्यांनी ते पाहिले व लक्ष्मीबाईंना रागावले. लक्ष्मीबाई म्हणाल्या, ''मी तिला हे काम सांगितले नव्हते.'' सावित्री लगेच म्हणाली, ''घरातील सारी कामे करायची. मग यात चूल पेटवणे येत नाही का?''

वडिलांनी तिला जवळ घेतले. समजावले. अशी कामे आतापासून या वयात करावयाची नाहीत, पण कामात माघारही घ्यावयाची नाही. त्यामुळे प्रयत्नांची शिकस्त सदा करीत राहणे हा जात्याच तिचा स्वभाव बनला. स्वस्थ बसणे हे तिला माहीतच नव्हते. भय किंवा भीती यांचा तिला लवलेशही नव्हता. अशी ही निर्भीड, बेडर, सावित्री एकेका घटनेतून भविष्याच्या क्रांतीची झलक दाखवीत होती. सर्वांना थक्क करून सोडत होती. खंडोजी पाटलांनी तिला कधी बंदिस्त ठेवलेच नाही. ती मुक्तपणे फुलत होती, उमलत होती. बुद्धीच्या जोरावर इतरांवर प्रभाव पाडत होती.

काही व्यक्ती जन्मत:च थोर व्यक्ती म्हणून जन्मास येतात. त्याप्रमाणे सावित्रीबाईंचेही झाले.

'शुद्ध बीजापोटी फळे रसाळ गोमटी' याप्रमाणे त्यांचा विकास आणि त्यातच मातापित्यांचे संस्कार तसेच इतरांकडून होणारे आवश्यक संस्कार, शिक्षण आणि मार्गदर्शन मिळाले, तर त्यांच्या ठिकाणी असलेल्या सुप्त अलौकिक गुणांचा विकास होतो आणि त्या थोर विभूती म्हणून मान्यता पावतात. झाडाच्या निर्जीव खोडाला कितीही खतपाणी घातले, तरी त्याला नवी पालवी फुटणार नाही. तद्‌वतच जर व्यक्तीच्या ठिकाणी जन्मत: लोकोत्तर गुण नसतील, तर अशी व्यक्ती क्वचितच क्रांतिकार्य करू शकेल.

परंतु सावित्रीबाई अशा प्रकारच्या गुणग्रहणक्षम होत्या, की परिसाचे गुण आकर्षून घेण्याची क्षमता लोखंडाप्रमाणे त्यांच्याकडे होती. परिसाप्रमाणे आईवडिलांचे संस्कार ग्रहण करून खरे बालपण फुलविण्याचा प्रयत्न सावित्रीने केला. ही संस्कार- ग्रहणक्षमता प्रत्येकाने ग्रहण करण्यासारखी आहे. विशेषत: लहान मुलांमध्ये हा संस्कार रुजविण्याची गरज आहे. श्रीधराने म्हटल्याप्रमाणे,

जयांसी भाग्य येणार बहुत । त्याची चिन्हे आधीच दिसत
सूर्या आधी उगवत । अरुण जैशा परेने

OO

३.
सावित्रीचा जीवन-उंबरठा

सावित्रीचे अगदी लहानपणी अल्लड जीवन सुरू होते. आपली हुशार, चाणाक्ष, समंजस मुलगी पाहून खंडोजींना मनोमन आनंद होत होता. सावित्रीचे वय सहा वर्षांचे झाले आणि आई लगेच काळजीत पडली, की आता सावित्रीचे लग्न करावयाचे. त्या वेळी मुलींची लग्ने बालवयातच होत असत. सावित्री उद्योगी, बुद्धिमान, दयाळू, आनंदी व उत्साही होती. रूपाने व गुणांनी समृद्ध होती.

सुरुवातीला काही स्थळे आली; पण ती खंडोजी पाटलांना पसंत पडली नाहीत. सगुणाबाई क्षीरसागर खंडोजी पाटलांच्या दूरच्या नात्यातील ज्योतिबा फुले यांच्या मावसबहीण. त्या ज्योतिबांसाठी सावित्रीला बघण्यासाठी एक दिवस गोविंदराव फुल्यांसोबत नायगावला आल्या. दोन दिवस राहिल्या. त्यांना व गोविंदरावांना सुंदर, गुणी व आरोग्यसंपन्न सावित्री पसंत पडली. खंडोजी पाटलांनी ज्योतिरावांना आधीच पाहिलेले होते. त्यांना मुलगा पसंत होताच. सावित्रीबाईंचे ज्योतिबांशी लग्न निश्चित झाले. सावित्री त्या वेळी नऊ वर्षांच्या होत्या आणि ज्योतिबांचे वय तेरा वर्षांचे होते. त्यांच्या लग्नाचे साल होते १८४०. लग्नसोहळा भव्य होता. तो सोहळा म्हणजे सामाजिक एकात्मकतेचे प्रतीक होते. श्रीमंत-गरीब या सर्व स्तरांतील मंडळी सहभागी झाली होती. कोणी लहान, कोणी मोठा, कोणी या जातीचा, कोणी त्या जातीचा, असा काहीही प्रश्न नव्हता.

ज्योतिबा-सावित्री यांचा विवाह म्हणजे कर्तव्यदक्ष, समाजाभिमुख आत्यंतिक जिव्हाळा असणाऱ्या प्रखर तेजस्वी अशा दोन ज्योतींचा संयोग होता. दोन अष्टपैलू पराक्रमी ज्योतींचे मिलन होत असणारे दोन जीव. एका तत्त्वप्रणालीचे निदर्शक होते. महाराष्ट्रातील परिवर्तनाची ती नांदी होती. परिवर्तनाच्या चळवळीचा तो सूर्योदय होता. त्यांच्या लग्नातील होम म्हणजे तत्कालीन सामाजिक विषमता, कर्मकांड, अस्पृश्यता, जातिभेद, वर्णभेद, मागासवर्गीयांचे व स्त्रियांचे शोषण यांच्या

समूळ उच्चाटनासाठी प्रज्वलित केलेले अग्निकुंड होते. सावित्रीने फुलेकुटुंबातील घराचा उंबरठा ओलांडला होता असे नव्हे, तर समाजातील वाईट चालीरीती, प्रथा, परंपरा, स्त्रीदास्य मिटवून टाकण्यासाठी, समाजातील अशा अनिष्ट प्रथांवर प्रहार करण्यासाठी कार्याचा, सामाजिक चेतनेचा, शिक्षणाचा व दास्यत्वमुक्ततेचा उंबरठा ओलांडला होता. समाजाचाच काय तर जगाचा संसार सुखी करण्याची तळमळ लागली होती. समाजसुधारणेसाठी सर्वांना शिक्षण देणे आवश्यक वाटत होते. त्या काळात धर्म-मार्तंडांनी हेतुपुरस्सर पसरविलेले गैरसमज दूर करण्यासाठी शिक्षण किती महत्त्वाचे आहे आणि त्यातही स्त्रीसाठी किती महत्त्वाचे आहे, हे त्यांनी जाणले होते. महात्मा फुले म्हणायचे, 'एका पुरुषाला दिले जाणारे शिक्षण हे त्याच्या स्वत:पुरते असते, तर स्त्रीला दिले जाणारे शिक्षण हे तिच्या कुटुंबापुरते असते.' म्हणून त्यांनी स्त्रीशिक्षणाला प्रथम आणि महत्त्वाचे स्थान दिले. त्यासाठीच स्त्रीशिक्षणाचा गणेशा त्यांनी स्वत:च्या कुटुंबापासून केला व शेतीतील धूळपाटीवर शिक्षणाचे धडे देण्यास सुरुवात केली.

सामाजिक क्रांतीची चाहूल

तत्कालीन समाजजीवनपद्धती अभ्यासताना स्पष्ट दिसते की, धर्मशास्त्राच्या आधारे स्त्रियांना शिक्षणाची दारे कडेकोट बंद करण्यात आली होती. स्त्रीशिक्षणासंबंधी अनेक समज, अपसमज पसरविण्यात आले होते. शिक्षणाने स्त्रिया बिघडतात, त्या अमर्याद होतात. शकुन-अपशकुनावर आधारलेला समाज म्हणायचा. स्त्रिया लवकर विधवा होतात, स्त्री अक्षरे शिकली तर त्यांच्या अळ्या होऊन तिच्या पतीच्या ताटात येतात, अशा अनेक अंधश्रद्धा समाजात ठाण मांडून बसल्या होत्या. स्त्रीला कुटुंबातील व्यक्तीच्या गरजा पूर्ण करता येतील, एवढी क्षमता विकसित झाली म्हणजे झाले! पार्वतीबाई आठवले याबाबत स्वानुभवाने सांगतात, 'मुलीची त्या काळची मॅट्रिकची परीक्षा म्हणजे दोन पानांचा, पिठलं-भाताचा स्वयंपाक उत्तम प्रकारे करता येणे ही होय.' अशा परिस्थितीत सावित्रीबाईंनासुद्धा यशिवाय काहीच करता येत नव्हते. त्यामुळे त्यांच्या मनात फार भीती होती. आपल्याला पुस्तक वाचता यावे, लिहिता यावे असे त्यांना मनोमन वाटायचे; परंतु ज्योतिबांच्या समोर म्हणण्याची भीड नव्हती. अशा वेळी एके दिवशी अचानक दुपारी घरी आलेल्या ज्योतिरावांना सावित्रीबाईंच्या हातात पुस्तक दिसले. ते पुस्तक तिला ख्रिश्चन साहेबांनी दिले होते. त्याचे असे झाले की, एकदा बाळ सावित्री शिरवळच्या बाजारात गेली. बाजारातून भजी व जिलेबी घेऊन खात खात ती गावाकडे परत येत होती. वाटेत काही ख्रिश्चन स्त्री-पुरुष येशू ख्रिस्ताचे गीत गात

होते. बरीच गर्दी जमली होती. सावित्रीसुद्धा गर्दीत घुसून गाणे ऐकू लागली. तिला गाणे आवडू लागले. तिचे गाणे ऐकणे व भजी-जिलेबी खाणे सुरू होते. गाणाऱ्यांपैकी एका साहेबांचे तिच्याकडे लक्ष गेले. तिचे गोजिरवाणे रूप पाहून ते म्हणाले, "बेटा, खाऊ घरी खायचा असतो, रस्त्यावर नाही." सावित्रीस ते पटले. तिने खाऊची पुडी ठेउन दिली. साहेबांनी तिला एक बिस्किटांचा पुडा व एक पुस्तक भेट दिले. सावित्रीला वाचता येत नव्हते; पण तिला त्या पुस्तकातील चित्रे आवडली. आपल्याला वाचता यायला हवे, असा विचार त्याच वेळी तिच्या डोक्यात आला. न्यूटनने झाडावरून फळ खाली पडताना पाहिले, तसेच वर फेकलेला दगड, चेंडू हाही खालीच येतो; तेव्हा जमिनीमध्ये नक्कीच काहीतरी क्षमता असली पाहिजे, असे त्याला वाटले आणि त्या दिशेने त्याचे विचारचक्र सुरू झाले. त्याने काही उदाहरणे घेतली. प्रात्यक्षिके केली आणि अशा अनुमानावर पोचला की, पृथ्वीमध्ये अशी क्षमता आहे की, जी वर हवेत असलेली कोणतीही वस्तू खाली खेचते. आणि त्या क्षमतेस त्याने गुरुत्वाकर्षणशक्ती असे नाव दिले. असा या शक्तीचा शोध अचानकपणे न्यूटनला फळ खाली पडल्याबरोबर लागला. तद्वतच सावित्रीबाईंच्या हातात पुस्तक पडले आणि ते वाचण्याची क्षमता आपल्यामध्ये यावी, हा विचार सुरू झाला.

हेच पुस्तक ज्योतिबा फुल्यांनी सावित्रीच्या हातात पाहिले. त्या त्या वेळी लाजून पळाल्या खऱ्या; पण नंतर मात्र ज्योतिबांच्या खनपटीलाच बसल्या. त्या ज्योतिबांना म्हणाल्या,

"सेठजी, तुम्ही किती छान बोलता! लिहिता! कामही करता! मला जमेल का हो हे सारं?"

हे ऐकताच ज्योतिबा काहीएक नवीन शोध लागल्यासारखे खूश होत म्हणाले,

"काय? तुम्ही शिकणार? तुम्ही आमच्याबरोबर काम करणार?"

"हो, करीन की!"

"त्यासाठी अवघड वाटेने न डगमगता प्रवास करावा लागेल. अनेक बरे-वाईट अनुभव येतील. कुठलंही काम करायचं असेल. तर ते काम मनापासून करायला हवं. सामर्थ्यानिशी करायला हवं. अंत:करणात वेदनेची कळ घेऊन काम करायला हवं. जमेल तुम्हाला हे सगळं?"

"तुमच्या मदतीने मी शिकेन आणि कामही करीन."

"या माझ्या आयुष्यात काटेच आहेत बरं! मी स्वीकारलेल्या या वाटेवर विषमतेचे विष ओकणारे नाग फणा काढून बसलेत. रस्त्यारस्त्यांवर ते डंख मारून

घायाळ करतील. एक-दोन दिवासांचा प्रश्न नाही हा. संपूर्ण आयुष्यभर साथ द्यावी लागेल. जमेल हे?''

''सेठजी, तुम्हाला आयुष्यभर साथ देण्यासाठी लग्नातच सात फेरे मारलेत मी. आता तुम्ही हाती घेतलेल्या कामात मला कुठलाही त्रास झाला तरी हरकत नाही. तुमच्याबरोबरच मीही चालेन. हा माझा पक्का इचार हाय.''

''शाब्बास! अहो, आज मी माझ्या घरातीलच पहिली लढाई जिंकलीय. आता दोघं मिळून बाहेरची लढायची. मी...मी शिकवीन तुम्हाला सारे काही.''

अन् सावित्री-ज्योतिबांनी नवसमाज निर्माण करण्याची शपथच घेतली. जणू 'सावित्रीज्योती' हा इतरेतर द्वंद्वसमास बनला.

सावित्रीबाईंना शिकवण्याचे ज्योतिबांनी ठरवले. सोबतच सगुणाबाई क्षीरसागर यांनाही त्यांनी विचारले. सगुणाबाई क्षीरसागर या त्यांच्या आऊ. ज्योतिबांच्या त्या प्रेरकशक्ती होत्या. ज्योतिबांची आई लहानपणीच वारली. सगुणाबाईंनीच त्यांना मातेचे प्रेम दिले. त्यांना वाढविले. ज्योतिबांच्या प्रत्येक कार्याला त्यांचा पाठिंबा असे. आई वारली तेव्हा ज्योतिबा केवळ नऊ महिन्यांचे होते. सगुणाबाई तशा नात्याने ज्योतिबांच्या मावसबहीण होत्या. ज्योतिबांच्या आईचे नाव चिमणाबाई. त्यांना धोंडाबाई नावाची एक बहीण होती. धोंडाबाई ही ज्योतिबांची मावशी. सगुणाबाई ही धोंडाबाईंची मुलगी. ती विधवा झाली व सासरी-माहेरी कुणी उरले नाही. जॉन नावाच्या मिशनऱ्याची मुले सांभाळण्याचे काम सगुणाबाई करीत असे. ती शिकलेली नव्हती, परंतु त्यांच्या सहवासामुळे तिला इंग्रजी बोलता येत असे. ज्योतिबांनी सावित्रीबाईंबरोबरच सगुणाबाईंनाही मराठी शिक्षण दिले. सगुणाबाई सालस, प्रेमळ, हुशार व चतुर होत्या. त्या कल्पक व दूरदृष्टीच्या होत्या. त्या ज्योतिबांना व सावित्रीबाईंना उपदेश करीत, प्रेरणा देत. सावित्रीबाई व ज्योतिबांच्या अनेक गुणांचा त्यांनी विकास घडवून आणला. ज्योतिबांना त्या आईप्रमाणे व म्हणून सावित्रीबाईंना त्या सासूप्रमाणे होत्या. सावित्रीबाईंवर त्यांनी मुलीप्रमाणे माया केली. प्रेम दिले. सावित्रीबाई व सगुणाबाई यांना महात्मा फुल्यांनी दिलेले शिक्षण हा भारतीय स्त्रीशिक्षणाचा भारतीय माणसाने केलेला पहिला प्रयोग होता.

ज्योतिबा स्वत: बुद्धिमान व कुशल शिक्षक होते. त्यांनी या दोघींचे शिक्षण उत्तम प्रकारे पूर्ण केले. मराठी शिक्षण पूर्ण झाल्यानंतर त्यांनी शिक्षिकेचा कोर्स पूर्ण करावा, असा आग्रह मिसेस मिचेल यांनी धरला. त्याप्रमाणे त्यांनी शिक्षिकेचा कोर्स पूर्ण करावा असे ठरले. मिसेस मिचेल या शिक्षकप्रशिक्षण अभ्यासक्रम नॉर्मल स्कूलमध्ये चालवीत असत. त्यांनी सावित्रीबाई व सगुणाबाई या दोघींची

परीक्षा घेतली व त्यांना तिसऱ्या वर्गात प्रवेश दिला. इ. स. १८४५-४६ या वर्षी तिसरे वर्ष व १८४६-४७ मध्ये चौथे वर्ष पूर्ण झाले व परीक्षा पास होऊन सावित्रीबाई व सगुणाबाई प्रशिक्षित शिक्षिका झाल्या. महाराष्ट्रातील त्या आद्य प्रशिक्षित शिक्षिका होत.

सावित्रीबाईंनी गोवंडेच्या पत्नी सरस्वतीबाई गोवंडे यांच्याबरोबर काही दिवस अहमदनगरला अभ्यास केला. ज्योतिरावांचे दुसरे मित्र श्री. केशव शिवराम भवाळकर यांनी अध्यापनशास्त्राचे धडे सावित्रीबाईंना दिले. तसेच शालेय व्यवस्थापनाचे मार्गदर्शन केले. परिणामी शिक्षकांची अभ्यासकक्षा वाढती असली पाहिजे, याची जाण सावित्रीबाईंना निर्माण झाली होती. सावित्रीबाईंनी त्या वेळी इतिहास, भूगोल, गणित या विषयांबरोबर ज्योतिष व खगोलशास्त्र, ग्रहलाघव, शब्दशास्त्र, म्हणी भांडार, नीतिविषयक ग्रंथ अभ्यासले आहेत, असा संदर्भ मिळतो.

सावित्रीबाईंच्या शिक्षणासोबतच ज्योतिबा फुल्यांच्याही शिक्षणाचा, त्यांना मिळालेल्या संधीचा काही प्रमाणात विचार करणे अगत्याचे वाटते. महात्मा ज्योतिबा फुल्यांचे शिक्षण १८३२ पासून सुरू झाले. या वर्षी ते घरीच शिक्षक ठेवून शिकले. विनायकराव जोशी यांना ज्योतिबांना शिकविण्यासाठी गोविंदरावांनी ठेवले होते. १८३३ साली त्यांना 'चर्च ऑफ स्कॉटलंड मिशन' या शाळेत गोविंदरावांनी घातले. गोविंदरावांचा कारकून कृष्णाची देव हा सनातनी वृत्तीचा होता. त्याने गोविंदरावांना ज्योतिबांना शाळेतून काढून शेतीकामाला लावणे भाग पाडले. ब्राह्मणाशिवाय इतरांनी शिक्षण घेणे महापाप आहे म्हणून धर्माची, देवाची भीती दाखवून त्याने १८३६ साली ज्योतिबांचे शिक्षण बंद पाडले. सगुणाबाई या घटनेने फार अस्वस्थ झाल्या. ज्योतिबा अत्यंत बुद्धिमान आहे, त्याला शिक्षण मिळालेच पाहिजे, असे त्यांना वाटे. त्या वेळचे बडे प्रस्थ म्हणजे लिजीटसाहेब व गफारबेग मुन्शी. गफारबेग मुनशींचा गोविंदरावांवर चांगला प्रभाव होता. त्यांचा शब्द ते टाळत नसत. सगुणाबाईंनी या दोघांच्या माध्यमातून गोविंदरावांना ज्योतिबांच्या शिक्षणाचे महत्त्व पटवून दिले व १८४३ साली ज्योतिबांचे शिक्षण पुन्हा सुरू झाले. ज्योतिबांच्या घरचे खाणाऱ्या एका सधर्मीयाने ज्योतिबांचे शिक्षण बंद पाडले व एक ख्रिस्त आणि दुसरा मुसलमान यांनी ज्योतिबांचे शिक्षण पुन्हा सुरू केले! ही संधी त्यांना प्राप्त झाली नसती, तर कदाचित ज्योतिबा शेतात वखर वाहत राहिले असते व फुलांचे, माळव्याचे कार्य करीत राहिले असते आणि सनातन्यांना तर तेच पाहिजे होते. परंतु सगुणाबाईंनी त्यांचे हे कारस्थान

हाणून पाडले व समोर भविष्यात ज्योतिबा फुले महात्मा ज्योतिबा फुले बनू शकले. केवळ सगुणाबाई क्षीरसागरमुळे!

म्हणून ज्योतिबा फुले आणि सावित्रीबाई फुले यांच्या जीवनात सगुणाबाईंना अग्रस्थान आहे. ज्योतिबा त्यांच्याबद्दल म्हणतात, ''तुम्ही मला नुसते जगवलेच नसून माणूस बनविले. दुसऱ्याच्या मुलावर प्रेम कसे करावे, हे मी तुमच्यापासून शिकलो.'' 'निर्मिकाचा शोध' हे पुस्तक त्यांनी सगुणाबाईंना अर्पण केले तर सावित्रीबाईंनी त्यांच्यावर 'आऊ' म्हणून कविता लिहून त्यांच्याबद्दलचा आदर व्यक्त केला आहे.

अशा प्रकारे सगुणाताई क्षीरसागर या ज्योतिबा-सावित्रीच्या आदर्श होत्या. प्रेरक होत्या, आधारस्तंभ होत्या व या बाबी त्यांच्या सान्निध्य-सहवासामुळे साध्य झाल्या. ज्योतिबा हे प्रेरक तर होतेच, परंतु सोबतच देव आणि देवापेक्षाही मोलाचा वाटा उचलणारे कर्तृत्ववान सहचर होते. सावित्रीबाई फुले स्वत: या केवळ पति- अनुगामित प्रशिक्षित शिक्षिका नव्हत्या, तर स्वयंप्रज्ञ, व्यासंगी, ज्ञानयोगिनी व आदर्श पत्नी होत्या. म्हणूनच त्या फुलेकुटुंबाच्या घराचा उंबरठा व स्त्री आणि मागासवर्गीयांना शिक्षणाची संधी उपलब्ध करून देण्यासाठी समाज व सनातन्यांनी टाकून ठेवलेला काटेरी उंबरठा हे दोन्ही उंबरठे यशस्वीरीत्या ओलांडून त्यांनी मार्गक्रमण केले. प्रयत्नांची पराकाष्ठा, जिद्द ठेवून यशस्वी जीवनासाठी मार्गक्रमण करणे व त्यात सिद्धता, यशस्विता मिळविणे महत्त्वाचे असते, हे नेहमीच ध्यानात ठेवायला पाहिजे. हे त्या वेळी सावित्रीबाईंनी केले म्हणून त्या आजही स्त्रियांची प्रेरकशक्ती आहेत, हे खरे!

००

४.

फुलेदाम्पत्यांचा क्रांतिकार्य प्रारंभ

भारतातील पहिला प्रयोग

एकमेका साहाय्य करू अवघे धरू सुपंथ' याप्रमाणे फुलेदाम्पत्याचे क्रांतिकार्य सुरू झाले. सावित्रीबाईंनी महात्मा फुले यांना त्यांच्या खांद्याशी खांदा लावून लढण्याची ग्वाही दिली होती आणि त्याप्रमाणे त्यांनी सुरुवात केली. ज्योतिबा फुले यांना समता, व्यक्तिस्वातंत्र्य व बुद्धिप्रामाण्य या मूलभूत तत्त्वांवर समाजाची पुनर्रचना करावयाची होती. त्यासाठी अज्ञान, अंधकाराच्या मगरमिठीतून तत्कालीन समाजाची सुटका करणे आवश्यक होते व त्या दृष्टीने इ.सन १८४८ मध्ये उभय पती-पत्नीने पहिले पाऊल उचलले.

स्त्रीशिक्षणाचा भारतातला पहिला प्रयोग आपल्या शेतीवरील आंब्याच्या झाडाखाली महात्मा फुल्यांनी केला. सावित्रीबाई आणि सगुणाबाई क्षीरसागर ह्या या प्रयोगशाळेतील पहिल्या विद्यार्थिनी होत्या. महाराष्ट्रातील हा पहिला प्रौढ वर्ग होता. लिहिण्यासाठी पाटी कशाची, तर शेतातील मातीची! शेतातील मातीचा पाटीप्रमाणे उपयोग करून झाडाच्या फांदीच्या काडीने अक्षरे गिरविण्यास आरंभ झाला. शेतातील वनस्पती, फुलझाडे इत्यादींची नावे लिहिण्यापासून दैनंदिन जीवनातील प्रसंगांवर वाक्यरचना करण्यास सुरुवात झाली. सकाळपासून जेवणाच्या वेळेपर्यंत शेतातील कामे करावीत आणि जेवणानंतर विश्रांतीच्या वेळी ज्योतिबांनी या दोघींना परिचित वस्तू व प्रसंग यांच्या आधारे शब्दांची व वाक्यरचनेची ओळख करून देऊन भाषा, गणित व सामान्य ज्ञान यांचे धडे द्यावेत, अशी पद्धती अवलंबण्यात आली. सावित्री आणि सगुणाबाई ह्या हुशार आणि जिज्ञासू असल्याने त्यांनी एकामागोमाग एक धडे चांगल्या प्रकारे अवगत केले. त्यांची ज्ञानलालसा उच्च प्रतीची असल्याने ज्योतिबांनाही अतिशय आनंद होत असे.

महात्मा ज्योतिबा फुले यांचा असा शिक्षणाचा वर्ग सुरू असतानाच शिक्षणाचे

स्थान स्त्रियांच्या जीवनात किती महत्त्वाचे आहे, हे ध्यानात आले आणि त्यांनी सन १८४८ मध्येच बुधवार पेठेतील भिड्यांच्या वाड्यात महाराष्ट्रातील पहिली मुलींची शाळा सुरू केली आणि स्त्रीशिक्षणपर्वाला सुरुवात झाली. १८४८ हे वर्ष जागतिक पातळीवर परिवर्तनाच्या दृष्टीने महत्त्वाचे ठरले.

इंग्लंडमध्ये स्त्रीस्वातंत्र्याची मागणी होऊ लागली. फ्रान्समध्ये मानवी हक्कांसाठी चळवळी सुरू झाल्या. जगभर भोंदू धर्ममार्तंडांविरुद्ध आवाज उठवला गेला. या वेळी भारतात लॉर्ड डलहौसीची कारकीर्द होती. त्याने रेल्वे, पोस्ट, शिक्षण या क्षेत्रांत बऱ्याच सुधारणा केल्या आणि याच वेळी १ जानेवारी १८४८ रोजी ज्योतिबांनी पुण्याला मुलींची शाळा सुरू करून एका नव्या युगाची सुरुवात केली.

पुण्यात मुलींची शाळा काढण्याचा प्रयत्न यापूर्वीही झाला होता, पण त्याला यश आले नाही. मिस कुळ यांनी १८२० साली बंगालमध्ये मुलींसाठी काही शाळा चालू केल्या. त्यानंतर त्या मुंबईस आल्या. त्यांचे मि. वुईल्सन यांच्याशी लग्न होऊन त्या मिसेस वुईल्सन झाल्या. मुंबई प्रदेशात त्यांनी सहा शाळा काढल्या होत्या. त्या जिद्दी स्वभावाच्या होत्या. १८३० साली त्यांनी पुण्याला शनिवारवाड्यात शाळा काढली. सरकारनेही जागा दिली होती. पाच ते सहा वयोगटातील आठ मुली या शाळेत येत असत. या मुली लपत-छपत चोरासारख्या शाळेत येत व तशाच परत जात. त्यांना शिकवण्याचे कार्य गुप्तपणे चाले. ही शाळा कशीबशी १८३२ पर्यंत चालली व शेवटी बंद पडली. मोडक नावाच्या एका गृहस्थाने महारवाड्यात मुलींची शाळा काढली, पण ती दलितांनीच बंद पाडली. १८४४ साली चर्च ऑफ स्कॉटलंड मिशनने मंगळवार पेठेत एक मुलींची शाळा काढली. या शाळेत युरोपियन शिक्षिका व शिक्षणाच्या उत्कृष्ट सोयी उपलब्ध होत्या, परंतु १८४७ साली ही शाळाही बंद पडली आणि १८४८ साली महात्मा फुलेंनी काढलेली शाळा मात्र स्त्रीशिक्षणाची खरी नांदी ठरली.

स्त्रियांना शिक्षण दिल्याने अनर्थ ओढवतील अशी भटभिक्षुकांची शिकवण असल्यामुळे स्त्रियांनी शिकणे म्हणजे महापाप होय, असे मानले जाई. सुरुवातीला महात्मा फुले स्वत:च या मुलींच्या शाळेवर शिक्षक म्हणून काम करत. आपणासारखा फुकट काम करणारा दुसरा शिक्षक कोण मिळवावा, याची काळजी ज्योतिबांना पडली. पेशवाईच्या राजधानीत खुद्द पेशव्यांचे सारे भाऊबंद विरुद्ध असता स्त्रीशिक्षणासारख्या अपवित्र, अधर्मप्रसारक कार्यास ज्योतिबांना मदत देऊन छळ,

अपमान करून घेण्यास कोण तयार होणार? दुसरा शिक्षक मुळीच मिळेना. ज्योतिबांच्या धर्मपत्नी सावित्रीबाई या एक रत्न होत्या. त्यांचीच त्यांनी मदतनीस म्हणून मुलींच्या शाळेवर दुसरा शिक्षक म्हणून योजना आखली व त्याची कार्यवाहीही केली.

प्रथम मुलींसाठी शाळा का चालू केली हे सांगताना महात्मा फुले म्हणतात, 'माझ्या देशबांधवांपैकी महार, मांग, चांभार ह्या कनिष्ठ जातींतील बंधू हे दुःख आणि अज्ञान यांत साफ बुडालेले आहेत. त्यांची स्थिती सुधारण्यासाठी दयाळू देवाने मला प्रेरणा दिली. स्त्रियांच्या शाळेने प्रथम माझे लक्ष वेधले. पूर्ण विचारांती माझे असे मत झाले की, पुरुषांच्या शाळेपेक्षा स्त्रियांच्या शाळेची अधिक आवश्यकता आहे. स्त्रिया आपल्या मुलांना त्यांच्या दुसऱ्या आणि तिसऱ्या वर्षांत जे वळण लावतात, त्यातच त्यांच्या शिक्षणाची बीजे असतात. अशा विचारात मी असताना अहमदनगर येथील अमेरिकन मिशनमधील मिस फॅरार या बाईने चालविलेल्या शाळा मी एका मित्रासमवेत पाहिल्या. ज्या पद्धतीने त्या मुलींना शिक्षण देण्यात येत होते, ती पद्धत पाहून मी फार खूष झालो.'

ज्योतिबा फुले यांनी स्वतःच्या शिक्षणाबरोबर शेतीकाम आणि सावित्री व सगुणाबाई यांना शिकवणे असे तिहेरी कार्य अतिशय आनंदाने व जिद्दीने पार पाडले. दोघींनीही मराठीचे ज्ञान उत्तम प्रकारे अवगत केले. त्यानंतर त्यांनी शिक्षकी पेशाचे प्रशिक्षण घेऊन अध्यापनकलाही साध्य केली. नॉर्मल स्कूलच्या प्रमुख मिसेस मिचेलबाई यांनी त्या दोघींची कसून परीक्षा घेतली आणि त्यांना नॉर्मल स्कूलमध्ये तिसऱ्या वर्षात प्रवेश दिला. मिसेस मिचेलबाईंनी नॉर्मल स्कूल हे १८४० साली छबिलदास यांच्या वाड्यात स्थापन केले होते. या बाई म्हणजे रे. जेम्स मिचेल यांच्या पत्नी. त्या फार दयाळू होत्या आणि स्त्रीशिक्षणाची त्यांना फार आवड होती. म्हणून त्यांनी त्यागबुद्धीने आपली संस्था चालविली आणि सावित्री व सगुणाबाई या दोघींनाही उत्तम शिक्षिका बनविले. सावित्रीबाईंचे शिक्षण पूर्ण झाले. ज्योतिबा फुल्यांनी आपले इंग्रजी शिक्षण पूर्ण केले. ज्योतिबा फुले यांचे वडील गोविंदराव फुले यांना खूप आनंद झाला. आपल्या मुलास आता मोठ्या मानाची नोकरी मिळणार, असे त्यांना वाटले; परंतु नियतीच्या मनात काही वेगळेच होते. सगुणाबाईंना तर आपल्या ज्योतिबाने ख्रिस्ती फादरसारखे व्हावे आणि त्याच्या हातून गोरगरीब व महार-मांग समाजाची सेवा व्हावी, असे वाटत असे. ज्योतिबांनाही हवा तो सल्ला मिळाला. सावित्रीबाईंनी या सेवाकार्यास आनंदाने अनुमती दिली. दोघींनीही फुले यांना सेवाकार्याची उत्तम, प्रभावी साथ देऊन आपणही सहभागी होण्याचे मान्य केले आणि सेवाकार्याला सुरुवातही केली.

सावित्रीबाईंनी हे कार्य सुरू करण्याच्या अगोदर नीग्रोंची गुलामगिरी नष्ट करणारा टॉमस क्लार्कसन याचे चरित्र वाचले होते. शूद्र-अतिशूद्र आणि गुलाम यांच्या केविलवाण्या जीवनाची व गुलामगिरीची त्यांना त्यातून माहिती मिळाली होती व त्यामुळे त्या प्रेरितही झाल्या होत्या. टॉमस क्लार्कसन हा इ.स. १७८५ सालातील केंब्रिज विद्यापीठातील एक दयाळू विद्यार्थी. अमेरिकन लोक आफ्रिकेतील नीग्रो लोकांना पकडून आणून त्यांच्याकडून जनावराप्रमाणे कामे करून घेत. त्यांना निदर्यपणे वागवून सतत गुलामगिरीचे जिणे जगण्यास लावत. टॉमस क्लार्कसनने ही गुलामगिरी नष्ट करण्याचा चंग बांधला आणि हा लढा यशस्वी रीत्या पूर्ण केला. गुलामगिरी बंद केल्याचा कायदा सरकारला करण्यास त्याने भाग पाडले. तसेच ख्रिस्ती भटांनी म्हणजेच मिशनरी लोकांनी शाळा उघडणे, दवाखाने स्थापणे, दुष्काळग्रस्तांना अन्न-वस्त्र देणे, पतित स्त्रियांचा परिहार करणे, अनाथांचा सांभाळ करणे इत्यादी जी समाजसेवेची कामे चालू केली होती, त्यांचा परिणाम व प्रभाव सावित्रीबाईंच्या मनावर होणे अगदी स्वाभाविक होते. यामुळे फुले यांच्या क्रांतिकार्यात सहभागी होण्यात त्यांना आनंदच वाटला होता. एवढेच नव्हे, तर ख्रिस्ती मिशनऱ्यांच्या दयाळू व सेवाभावी कार्याने महात्मा फुल्यांनाही प्रभावित केले होते.

देशातील भट-भिक्षुकांचे कार्य याउलट होते. त्यांनी गोर-गरीब, शूद्र-अतिशूद्र आणि स्त्रीशिक्षणाला कडाडून विरोध केला, असे इतिहास सांगतो. यांनी सेवेपेक्षा शोषणच केलेले दिसून येते. जनावरांपेक्षाही लाजिरवाणे जिणे इतरांनी जगावे आणि आपणासच देवावतार मानून ब्राह्मणेतरांना मात्र गुलामगिरीत टाकण्याची कोणतीही संधी त्यांनी सोडली नाही.

सावित्रीबाईंचे क्रांतिपर्व

सावित्रीबाईंच्या क्रांतिकार्यास प्रारंभ झाला. सावित्रीच्या सावित्रीबाई बनण्यास प्रारंभ झाला. यापूर्वी महाराष्ट्र किंवा अन्य राज्यांत एकाही भारतीय स्त्रीने शिक्षिका म्हणून काम केल्याचे उदाहरण इतिहासात नाही. सावित्रीबाई ह्याच भारतातल्या आद्य भारतीय स्त्री-शिक्षिका ठरतात. त्या काळात ज्या काही स्त्री-शिक्षिका होत्या, त्या मिशनरीच होत्या. ज्योतिबा फुले हे तर कल्पक शिल्पकार, आदर्श पती, जिवलग मित्र आणि वंदनीय गुरू. या भूमिकेतून त्यांनी सावित्रीबाईंना शैक्षणिक व सामाजिक सेवाकार्याची प्रभावीपणे प्रेरणा दिली आहे. यामुळे सावित्रीबाईंनी घरचा व समाजाचा असे दोन्ही संसार यशस्वी करण्याचा निश्चय करून ज्योतिरावांना साथ देण्यास सुरुवात केली. त्यांचे हे कार्य अत्यंत क्रांतिकारक व युगप्रवर्तक होते.

परंतु पुण्याच्या लोकांना सावित्रीबाईंचे कार्य पाप वाटत होते. त्यामुळे पुण्यातील लोक, भटभिक्षुक, उच्चवर्णीय मात्र सावित्रीबाईंना त्रास द्यायला लागले. धर्मबुडवी, सटवी अशा प्रकारचे शिव्याशाप देऊ लागले व त्यांची निंदानालस्ती करू लागले, परंतु तरीही सावित्रीबाई डगमगत नव्हत्या.

भटभिक्षुक, उच्चवर्णीय यांची खरी पोटदुखी यासाठी होती की, 'ज्ञानचक्षू मिळाल्याने स्त्रिया आपल्या हक्कांविषयी जागृत होतील. आपले वर्चस्व झुगारून देतील. म्हणून हे स्त्रीशिक्षणाचे बीजारोपण थांबवले पाहिजे.'

शाळेच्या मार्गावर, चौकाचौकांत या समाजकंटकांनी थांबायला सुरुवात केली. "ए सटवे, हे उद्योग थांबव, आमच्या पोरींना शिकवून धर्म बुडवायला निघालीस?" सावित्रीबाईंवर असे वाग्बाण सोडण्यास त्यांनी सुरुवात केली. कुत्रा भुंकत राहतो, हत्ती डौलाने चालत राहतो; तद्वत सावित्रीबाईंचे कार्य चालले आहे, हे पाहून बिथरलेल्या या माथेफिरूंनी शाळेत जाता-येताना दगड, गोटे, शेण, चिखल यांचा मारा त्यांच्यावर सुरू केला. तेव्हा ती माउली हात जोडून म्हणाली, "मी माझे कर्तव्य करीत आहे. देव तुम्हाला क्षमा करो, सदैव तुमचे भले करो." येशू ख्रिस्तांच्या नंतर अतोनात त्रास, दुःख, पीडा देऊनही त्यांना देवाजवळ क्षमा मागणाऱ्या आणि त्यांचे भले करो असे म्हणणाऱ्या दुसऱ्या सावित्रीबाईच होत्या. एवढं मोठं उदार अंतःकरण त्या माउलीचं होतं.

स्वार्थांध माणसांना माणुसकीची भाषा कशी कळणार? एके दिवशी एक तीक्ष्ण दगड सावित्रीबाईंच्या कानशिलावर येऊन लागला. रक्ताचे थेंब ओघळू लागले. रक्ताचे थेंब टिपत त्यांनी शाळा गाठली. एके दिवशी या सनातन्यांच्या विकृत मनोवृत्तीचा कहरच झाला. शाळेच्या वाटेवर चार भाडोत्री गुंड उभे केले. रोजच्याप्रमाणे खाली मान घालून घाईने शाळेकडे जाणाऱ्या सावित्रीबाईंची वाट एकाने अडविली. विकृत नजरेने त्यांना न्याहाळत दात विचकत दुसरा बोलला, "ये बाई, बऱ्या बोलाने तुझी ही शाळा बंद कर, नाहीतर आम्ही तुझी अब्रू लुटणार बघ!" हा अचानक झालेला हल्ला पाहून सावित्रीबाई क्षणभर घाबरल्या जरुर; परंतु क्षणभरातच विजेचा लखलखता प्रकाश व तेज त्यांच्या शरीरामध्ये संचारले आणि त्यांनी डोईवरचा पदर खांद्यावर घेऊन खोचला व फाड्कन समोरच्या गुंडाच्या गालावर हाताचे ठसे उमटवले व त्या गर्भगळीत झालेल्या गुंडाकडे पाहत त्या बोलल्या, "अरे, मी जातीची माळीण आहे. प्रसंगी खुरपे, विळा वापरून जमिनीची मशागत कशी करायची, हे मीच जाणते अन् तुमच्यासारखे गुंड काही कारभार करीत असतील, तर तेच हात खुरपे बनून त्यांचा गुंडपणाही काढू शकतात." पण त्यांचे ते बोलणे

ऐकण्यास ते गुंड तेथे थांबलेच कोठे! त्यांनी तर लगेचच तेथून पोबारा केला. घराघरांतील दारा-खिडक्यांतून वाकून-वाकून पाहणारे लोक सावित्रीबाईंच्या या जमदग्नीच्या नव्या रूपाने चकित झाले.

आजपर्यंतचा इतिहास सांगतो की, प्रस्थापितांचा नवसमाजनिर्मितीस, नवविचारास नेहमीच विरोध असतो. समाजाचे नियंत्रण कसे करावे, यात ते प्रवीण असतात. महात्मा ज्योतिबा फुले व सावित्रीबाई फुले यांना कसाही त्रास दिला तरी ते जुमानणार नाहीत, हे त्यांच्या लक्षात आले व त्यांनी आपला मोर्चा पापभीरू वृत्तीच्या गोविंदरावांकडे वळविला. "तुझ्या मुलाच्या व सुनेच्या वर्तनाने तू आपणावर देवाचा रोष ओढवून घेत आहेस. देवाच्या व धर्माच्या नावाने आम्ही तुला अशी आज्ञा देतो की, ज्योतिबांचं हे कार्य तू थांबव; नाहीतर त्यांना घरातून हाकलून दे." पापभीरू गोविंदरावांनी मनावर दगड ठेवून, त्यांच्या आज्ञेचे पालन करण्याचे ठरविले. ते ज्योतिबांना म्हणाले, "एकतर शाळा तरी सोड अथवा घर तरी." त्यांना पुढे बोलवेना. ज्योतिबांनी आपल्या कार्याचे महत्त्व त्यांना परोपरीने समजावून दिले. त्यांच्या वडिलांना ते पटत होते, पण मनातील भीती हटत नव्हती. नाइलाजाने त्यांना ज्योतिबांना सांगावे लागले की, "एक शाळा सोड अथवा तुझा मार्ग तुला मोकळा आहे." हे शब्द ऐकताच सावित्रीबाईंचे मन भीतीने शहारले. क्षणभर सर्वत्र नि:स्तब्ध शांतता पसरली. ज्योतिबांनी जड अंत:करणाने वडिलांना नमस्कार केला अन् ते घराबाहेर पडले. अमावस्येच्या रात्रीचा मिट्ट काळोख. सावित्रीबाईंची फार कोंडी झाली. एकीकडे माझं घर, माझी माणसं. हा मायेचा रेशमी पाश, तर दुसऱ्या बाजूस पतीने अंगीकारलेले महान कार्य ज्याची आज समाजाला असलेली नितांत गरज. दोन्हीपैकी एक पर्याय क्षणभर मनाची चलबिचल झाली. अखेर दृढनिश्चयाने पितृतुल्य सासऱ्यांस नमस्कार केला. उचललेले पाऊल घराबाहेर टाकले. या दोन मूर्तींच्या शिल्पकार सगुणाबाई सारे पाहून स्वस्थ कशा बसणार, त्याही घराबाहेर पडल्या.

"यदा यदा हि धर्मस्य ग्लानिर्भवति भारत
अभ्युत्थानमधर्मस्य तदात्मानं सृजाम्यहम् ॥

अर्थातच जेव्हा जेव्हा धर्मावर संकटे येतात, धर्माचा लोप होऊन अधर्माचे प्राबल्य वाढत जाते, त्या वेळी भगवान श्रीकृष्ण हे कुठल्यातरी रूपाने भूमीवर अवतार धारण करतात व अधर्माचा नाश करतात.

हे जसे खरे आणि जसे घडले, तसेच फुलेदांपत्याच्या बाबतीतही घडले. तत्कालीन शैक्षणिक व सामाजिक परिस्थितीचा नायनाट करण्यासाठीच फुलेदांपत्य पुढे सरसावले आणि कार्य केले. जेव्हा जेव्हा अन्याय, अनीतीचा कळस होतो, तेव्हा

अशी ध्येयवेडी माणसं जन्माला येतात. परकीयांनी दिलेला त्रास सहन करणे सोपे असते तेव्हा, पण स्वकीयांनीच पुकारलेला असहकार पचविणे फार कठीण. पण फुलेदांपत्याने आयुष्यभर तो पचविला. ज्योतिबांना नव्याने संसार उभा करण्यास त्यांचे मित्र परांजपे, गोवंडे, हंडे या साऱ्यांनी परोपरीने मदत केली. उस्मान शेखनी आपल्या राहत्या घरात दोन खोल्यांची जागा दिली. संसाराची मांडामांड झाली. तो चालविण्यासाठी ज्योतिबांनी ठेकेदाराची कामे सुरू केली.

पाच-सहा महिन्यांतच ज्योतिबांची मूळ धरू लागलेली शाळा बंद पडली. हे पाहून पुण्यातील भट-भिक्षुक, उच्चवर्णीयांना फार आनंद झाला, पण नवशिक्षित वर्गाला फार वाईट वाटले. त्यातील एका तरुणाने 'बॉम्बे गार्डियन' या वृत्तपत्रात लिहिले की, "पाच ते सहा महिन्यांनंतर दुर्दैवाच्या देवतेने या उदात्त हेतूवर आपली वक्रदृष्टी वळविली. लोकांच्या पूर्वग्रहाला बळी पडून ज्योतिबांना त्यांच्या वडिलांनी घराबाहेर काढले. यामुळे सबंध अव्यवस्था झाली व शाळा बंद पडली."

आपल्या आर्थिक परिस्थितीत सुधारणा होताच ज्योतिबांनी १५ मे १८४८ रोजी पुण्यात महारवाड्यात महार-मांगांच्या मुलामुलींसाठी दुसरी शाळा सुरू केली. महाराष्ट्राच्या परिवर्तनाच्या इतिहासातील हे महत्त्वाचे पाऊल होते. क्रांतीचा नवा टप्पा होता. प्रतिगाम्यांच्या व सनातन्यांच्या कंबरड्यावर तो एक घणाघाती वार होता आणि तोही पुण्यासारख्या सनातन्यांच्या माहेरघरात! त्यांचे हे कार्य युगप्रवर्तक होते; नवे समतेचे युग घडवणारे होते. विषमतेच्या अंधकाराला शिक्षणाच्या प्रकाशाने नष्ट करून समतेची नवी पहाट उगविणारा हा नवा सूर्योदय होता. या सूर्योदयाने फुलेदांपत्यांचे व्यक्तिमत्त्व उजळून टाकले.

सावित्रीबाईंच्या मार्गदर्शनाखाली शाळेतील मुलींतही केवळ संख्यात्मक वाढ होत होती असे नाही तर त्यांचा गुणात्मक दर्जाही वाढत होता. विद्यार्थ्यांच्या सर्वांगिण विकासावर भर दिला जात होता. निरोगी व सुदृढ आरोग्याची गुरुकिल्ली म्हणजे शारीरिक शिक्षण. मुला-मुलींना शाळेत विविध प्रकारच्या खेळांचे शिक्षण दिले जात होते. खेळात तसेच अभ्यासात प्रावीण्य संपादन करणाऱ्यांना प्रोत्साहनपर बक्षिसे दिली जात. वाढत जाणाऱ्या प्रगतीमुळे काही उत्सुक महिलांनीही या शाळेत प्रवेश घेतला होता. याची दखल तत्कालीन वृत्तपत्रांनी घेतली.

२१ ऑगस्ट १८५२च्या ज्ञानोदयाच्या अंकात म्हटले होते की, 'या समयास काही तरुण महिला ज्योतिबांच्या महार-मांग मुलींच्या शाळेत जाऊ लागल्या. परंतु मुलांबरोबर बसण्यास त्यांनी नकार दिला; म्हणून मुली, महिला

वेगळ्या काढून ज्योतिबांनी १५ मार्च १८५२ रोजी वेताळ पेठेत एक मुलींची तिसरी शाळा व एक मुलांची शाळा अशा दोन शाळा काढल्या. ते स्वत: या दोन्ही शाळांत शिकवीत असत. एक ब्राह्मण शिक्षक त्यांना मदत करीत असे. या शाळांना महिन्याला २५ रुपये साह्य दक्षिणा पारितोषिक समितीकडून देण्यात येई.'

फुलेदाम्पत्याच्या या कार्याला समाजाकडून मिळणाऱ्या वाढत्या प्रतिसादामुळे त्यांचा उत्साह द्विगुणित होत असे व ते शाळा वाढवीतच चालले. त्यांच्या ध्यानी, मनी व स्वप्नी एकच ध्यास होता आणि तो म्हणजे 'स्त्री-शूद्रादिकांचा उद्धार' या ध्येयाने प्रेरित झालेल्या फुलेदांपत्याने सामाजिक हितचिंतकांच्या मदतीने एकामागून एक अशा अनेक शाळा काढून पुणेपरिसर व्यापून टाकला. भिडेवाडा पुणे, महारवाडा पुणे, हडपसर जि. पुणे, सासवड जि. पुणे, ओतूर जि. पुणे, आल्हाटाचे घर, कसबा पुणे, नायगाव, ता. खंडाळा जि. सातारा, शिरवळ, ता. खंडाळा, जि. सातारा, तळेगाव ढमढेरे, जि. पुणे, अंजीरवाडी, माजगाव करंडे जि. सातारा. भिंगार, थिरुर जि. पुणे मुंढवे जि. पुणे, आप्पासाहेब चिपळूणकरवाडा, नानापेठ पुणे, रास्तापेठ पुणे, वेताळपेठ पुणे, अशा प्रकारे याठिकाणी अनेक शाळा काढून त्यांची जबाबदारी विभागून दिली. कार्यकारी मंडळ स्थापन करून त्यांच्याकडे जबाबदारी दिली.

एवढ्या मोठ्या संख्येने फुल्यांसारख्या सामान्य माणसाने शाळा काढणे हा चमत्कार होता. जवळ पैसा नाही, समाजाची साथ नाही. शिक्षणाला पोषक वातावरण नाही. शिक्षकांना पगार द्यायला पैसा नाही, पण उदंड आत्मविश्वास व समाजोद्धाराची खरीखुरी तळमळ, रात्रंदिवस श्रम करण्याची जिद्द व तळागाळातील माणसांबद्दलची सहानुभूती यांच्या जोरावर त्यांनी या शाळा चालवल्या व सर्व संकटांवर मात करून यशस्वी करून दाखवल्या. शाळांसाठी मुले मिळवणे, शिक्षक मिळवणे, मुलांची गळती रोखणे, एक ना दोन, शेकडो अडचणी. इंग्रज लोकांनाही शाळा चालवण्यात अपयश आले, तिथे फुले यशस्वी झाले. मिशनऱ्यांजवळ पैसा भरपूर तरीही त्यांच्या शाळा बंद पडल्या; पण सावित्रीबाई व ज्योतिबा यांच्या शाळा चालल्या व नावारूपाला आल्या.

सर्वच उच्चवर्णीय, ब्राह्मण काही प्रतिगामी विचारांचे नव्हते. फुल्यांच्या कार्याचे महत्त्व ओळखणारे व त्यांना मदत करणारेही बरेच होते. शाळांची संख्या वाढू लागली. मुलींच्या शाळांमध्ये मुलींची संख्या वाढू लागली, तेव्हा चांगल्या शिक्षक-शिक्षिकांची गरज निर्माण झाली. विशेषत: मुलींच्या शाळेत शिक्षिकेची गरज होती, पण शिक्षिका मिळेना. तेव्हा विष्णुपंत थत्ते व वामनराव खराडकर या पुरोगामी

ब्राह्मणमित्रांनी मुलींच्या शाळेत शिक्षकांचे काम सुरू केले.

फुलेदाम्पत्याने जेवढ्या शाळा काढल्या होत्या, त्या शाळांचा बक्षीससमारंभ १२ फेब्रुवारी १८५३ ला आयोजित केला होता. समारंभाच्या अध्यक्षस्थानी मेजर कॅन्डी होते. शाळेच्या परीक्षा आटोपल्या होत्या. स्त्रियांच्या व दलितांच्या एकत्रीकरणासाठी हा समारंभ उपयुक्त ठरला होता. या कार्यक्रमाची पूर्ण तयारी सावित्रीबाईने केली होती. हा कार्यक्रम विश्रामबाग येथे होता. मि. जोन्स प्रमुख अतिथी होते. स्वागतगीत, अहवालवाचन झाले. पाहुण्यांनी सावित्रीबाईंच्या कार्याचे खूप कौतुक केले. उपस्थितांमध्येही सावित्रीबाईंबद्दल कृतज्ञतेची व कौतुकाची भावना होती.

सावित्रीबाईंना ज्योतिबा सांगतात म्हणून त्या कार्य करीत होत्या असे नाही, तर त्यांना त्या कार्याचे महत्त्व लहानपणापासूनच पटले होते. फुलेदांपत्याने केवळ शाळा काढल्या नाहीत, तर त्या शाळांसाठी अभ्यासक्रमही तयार केला. अभ्यासक्रम तयार करणे ही आजच्या काळातही अत्यंत कठीण गोष्ट आहे. आजही अभ्यासक्रम तयार करण्याची वेळ आली की, अंगावर काटा उभा राहतो. आपल्या शाळांसाठी अभ्यासक्रम तयार करण्याचे कठीण काम फुलेदांपत्याने केले. त्यांनी तयार केलेला अभ्यासक्रम उपयुक्त, द्रष्टेपणाचा होता. विद्यार्थ्यांच्या मूल्यमापनाची, परीक्षेची व्यवस्थाही अतिशय प्रभावी व परिणामकारकपणे सावित्रीबाईंनी केली. आजच्यासारखे अभ्यासक्रम व परीक्षा त्या वेळी नव्हत्या. परंतु तरीही सावित्रीबाईंनी हे कार्य अतिशय उत्तम रीतीने केले. भारतीय स्त्रीच्या सार्वजनिक व शैक्षणिक जीवनाचा श्रीगणेशा शाळा उघडणे व त्या यशस्वी रीतीने चालविणे व स्त्रिया आणि शूद्रांना शिक्षित करणे यापासून केला. अशा अफाट क्रांतिकार्याची सुरुवात फुलेदांपत्याने केली आणि त्यात सावित्रीबाई फुले यांचा सिंहाचा वाटा होता. या सर्व कार्याची प्रशंसा आणि सत्कार तत्कालीन शासनाने केले. टाकीचे घाव सोसल्याशिवाय देवालासुद्धा देवपण येत नाही, या म्हणीची यथार्थता सावित्रीबाई फुले यांच्या बाबतीतही दिसून येते. आजही स्त्रियांच्या वैवाहितेच्या संदर्भात, संरक्षणाच्या संदर्भात कार्यातूनही समस्या दिसून येतात एवढ्या विकसित झालेल्या ज्या स्त्रियांच्या बाबतीत जी भयावह परिस्थिती दिसून येते, त्या बाबतीत प्रत्येक ठिकाणी सावित्रीबाईंची आठवण झाल्यावाचून राहत नाही.

○○

५.
सावित्रीबाई : एक शैक्षणिक क्रांतिज्योत

शैक्षणिक ज्योतप्रज्वलन

सावित्रीबाईंनी स्वत:पासूनच शिक्षणाचा श्रीगणेशा केला. आपल्या सेठजीकडून म्हणजेच ज्योतिबांकडून लिहिणं, वाचणं शिकून घेतलं. शिक्षणाचे महत्त्व तर पटले. अक्षरांची ओळख पटली. शब्दांमधला अर्थ गवसला. वेदनेची कळ तरारून आली. अंगात विजेचा संचार झाला.

'मी शिकले. आता मी माझ्या इतर भगिनींना शिकवणार. त्यांचं अज्ञान दूर करणार, काळोखाच्या गुहेतून त्यांची मुक्तता करणार. उघड्या जगात माझ्या भगिनींना मुक्त श्वास घेता आला पाहिजे.' या ध्येयाने सावित्रीबाई हाती क्रांतीची मशाल घेऊन उभ्या राहिल्या. त्या काळात असं बंड करणं ही साधीसुधी घटना नव्हती. धर्ममार्तंडांच्या तोंडचे पाणी पळाले. त्यांच्या अंगाची लाहीलाही झाली. मुळात स्त्रियांनी शिकणंच धर्माविरुद्ध अन् ही बाई तर माळ्याची– शूद्र जातीची.

धर्ममार्तंडांनी ओरड करायला सुरुवात केली, "बुडणार...बुडणार...आता बुडणार...कलियुगाचा अवतार आला...आता आपण सर्वजण मरणार...बाईनं शिकून धर्म बाटविला....अरे, हे थांबलेच पाहिजे....अनर्थाची वेळ जवळ आली. अरे परमेश्वरा...अवतार घे, वाचव आम्हाला." संघर्षाच्या मैदानात उतरलेल्यांना हार-जीतची पर्वा नसते. होऊनच जाऊ दे एकदाचे, ही ईर्षा असते. ज्योतिबांच्या, सगुणाआऊच्या पाठबळावर सावित्रीबाई ठामपणे उभ्या राहिल्या. बंडाचे निशाण हाती घेऊन त्यांनी धर्ममार्तंडांना उघड आव्हान दिले. एकोणिसाव्या शतकात या घटनेला संपूर्ण भारतात अनन्यसाधारण महत्त्व प्राप्त झाले होते. लिहिणं, वाचणं, शिकणं वेगळं अन् इतरांना शिकवणं वेगळं. सगुणाबाई क्षीरसागर आणि सावित्रीबाई फुले यांनी तेही कार्य उत्तम प्रकारे केले.

इतिहासाच्या पडद्यावर सोनेरी किरण उजाडले. १ जानेवारी १८४८ रोजी

स्त्रियांच्या अंधाऱ्या जीवनात प्रकाश फुलला. उदास क्षितिजावर प्रसन्नतेचा सूर्य उगवला. ज्ञानप्रकाश सगळीकडे पसरला. तात्यासाहेब भिडे यांच्या वाड्यात ज्योतिबांनी मुलींची पहिली शाळा उघडली. त्या वेळी सावित्रीबाईंचे वय १८ वर्षांचे होते. त्या तारुण्यसुलभ वयात प्रत्येक तरुणी संसाराची स्वप्न पाहते, संसार मांडण्यात स्वत:ला हरवून टाकते. त्या वयात सावित्रीबाईंनी स्त्री-शिक्षणाचा संसार सुरू केला. स्वत:च्या एका शैक्षणिक ज्योतीने अनेक शैक्षणिक ज्योती प्रज्वलित केल्या अन् तेवत ठेवल्या. त्यामुळे तत्कालीन परिस्थितीतही अनेक शूद्रातिशूद्रांच्या, मागासवर्गीयांच्या कुटुंबांत शिक्षणाचा लख्ख प्रकाश पडला.

फुलेदाम्पत्याची विचारधारा

फुलेदांपत्याचे सर्व क्रांतिकार्याचे केंद्र पुणे हे होते. विद्येशिवाय कसल्याही प्रकारची प्रगती शक्य नाही, हे अचूक ओळखून तळागाळातील शूद्र-अतिशूद्र व स्त्रीसमाजाच्या शिक्षणाने त्यांनी आपल्या अलौकिक क्रांतिकार्याचा आरंभ केला. त्यातल्या त्यात त्यांनी प्रथम स्त्री-शिक्षणासाठी शाळा उघडल्या. पुरुषांपेक्षा स्त्रियांच्या शिक्षणाला अग्रक्रम दिला पाहिजे हे प्रथम सांगणारा, हा पहिला भारतीय द्रष्टा होय. स्त्री आणि पुरुष ही संसाररूपी गाड्याची दोन चाके असून त्यांपैकी एक लहान व दुसरे मोठे, एक मोटारगाडीचे व एक खटारागाडीचे, एक हवा असलेले व दुसरे हवा नसलेले, असे भेद असतील तर तो गाडा नीट चालणार नाही. थोर मातांच्या पोटीच थोर स्त्री-पुरुष जन्माला येत असतात आणि संस्कारही श्रेष्ठ आदर्श व्यक्तिमत्त्व घडविण्याचे कार्य करतात.

या संदर्भात राष्ट्रसंत तुकडोजीमहाराज यांची ओवी समर्पक आहे. ते म्हणतात,

प्रल्हादाची कयाधु आई, छत्रपतीची जिजाबाई।
कौसल्या, देवकी आदिसर्वाही, वंदिल्या ग्रंथी ॥

महात्मा ज्योतिबा फुले म्हणायचे, 'एक पुरुष शिकला, तर स्वत:पुरते शिक्षण घेतो आणि स्त्री शिकली तर संपूर्ण कुटुंबाचे शिक्षण होते.' आणि म्हणूनच त्यांनी स्त्री-शिक्षणाला सर्वश्रेष्ठ स्थान दिले व पुण्यात प्रथम मुलींची शाळा सुरू केली.

सावित्रीबाईंच्या कर्तबगारीस खऱ्या अर्थाने सुरुवात झाली. ज्योतिबा हे जसे आदर्श पती, तसेच आदर्श गुरू होते. सावित्रीबाई ह्या लौकिक अर्थाने ज्योतिबा फुल्यांच्या जशा अर्धांगिनी, तशा त्या क्रांतिकार्याच्याही अर्धांगिनी होत्या. त्या केवळ सांगकाम्या शिक्षिका असत्या, तर त्या वेळच्या त्यांच्या झालेल्या

छळाला कंटाळून किंवा घाबरून त्यांनी चूल आणि मूल पसंत केले असते. परंतु त्याही ज्योतिबांप्रमाणेच जिद्दी, करारी आणि द्रष्ट्या होत्या. त्यांच्या ठिकाणीही ज्योतिबांप्रमाणेच अलौकिक असे गुण होते. म्हणून त्यांनी स्वत:चा संसार, मुलेबाळे किंवा घरदार या ऐहिक सुखाला ठोकरून आपल्या आदर्श पतीबरोबर 'जगाचा संसार' पत्करला. हालअपेष्टा, निंदानालस्ती, शिव्याशाप व संकटे यांना सामोरे जाऊन ती कठोरपणे पचविली. ज्योतिबा ही सावित्रीची प्रेरणा आणि सावित्री ही ज्योतिबांची प्रेरणा असे हे जगाच्या संसाराचे समीकरण होते. आपणास सावित्रीसारखी साध्वी व कर्तबगार पत्नी लाभली आणि त्यामुळेच आपण हे सेवाकार्य करू शकतो, अशी ज्योतिबांच्या ठिकाणी जी पवित्र भावना होती, तशीच भावना सावित्रीबाईंच्या ठिकाणीही होती. पतीच्या कार्यात सहभागी होताना त्यांना केवळ आनंदच नव्हे, तर अभिमानही वाटत असे. ही एका महात्म्याची पत्नी म्हणून केवळ समारंभात मिरविण्याचे काम त्यांनी केले नाही.

अलीकडे जसे कलेक्टरच्या पत्नीस कलेक्टरीण म्हणून तर मंत्र्याच्या पत्नीस मंत्रीणबाई म्हणून, मास्तराच्या पत्नीस मास्तरीणबाई म्हणून पात्रता न पाहता गौरव करण्याचा प्रघात पडला आहे, तसे हे उदाहरण नव्हे. ही गोष्ट ज्योतिबांना किंवा सावित्रीबाईंनाही, आचरणात आणण्यास नव्हे तर ऐकण्याससुद्धा सुचली नसती. क्षुल्लक स्वार्थ व मानपान या गोष्टी त्यांच्या स्वप्नातही येणे शक्य नव्हते. ज्योतिबा आणि सावित्रीबाई यांना स्त्रिया, शूद्र-अतिशूद्र, अनाथ, विधवा, शेतकरी-शेतमजूर या वर्गांबाबत जो कळवळा, जी पोटतिडीक होती, ती समान होती. त्यांच्या उद्धाराचा ते दोघेही अहोरात्र विचार करत. एकमेकांचा सल्ला घेत. मित्रांशी चर्चा करत. यानंतर एखादा विचार पक्का झाला, की मग तो आचरणात आणला जाई. पूर्ण विचारांती घेतलेला निर्णय कोणतीही किंमत देऊन अमलात आणण्याची दोघांचीही सारखीच तयारी असे. त्या दृष्टीने या दोघांनी सर्वप्रथम मुलींच्या शाळेचा आरंभ करून राष्ट्राच्या जडणघडणीस सुरुवात केली आणि तीही स्वत:पासून. त्या स्वत: प्रथम विद्यार्थिनी झाल्या.

सावित्रीबाई : एक जागरूक विद्यार्थिनी

सावित्रीबाई लग्न होऊन ज्योतिबांकडे येईपर्यंत त्यांना लिहितावाचता येत नव्हते. लहानपणी मिळालेले पुस्तक वाचण्याची तिची फार इच्छा होती आणि वाचता येत नाही म्हणून शल्य होते. ते त्यांनी ज्योतिबांकडून पूर्ण करवून घेतले, त्यांच्या विद्यार्थिनी बनून. ज्योतिबांनी त्यांच्या आऊ सगुणाबाई क्षीरसागर व सावित्रीबाई या दोघींनाही शिकविले. त्या दोघीजणी त्यांच्या पहिल्या विद्यार्थिनी होत्या.

त्यांना घरी शिकविणे शक्यच नव्हते. म्हणून शेतावरील आंब्याच्या झाडाखाली हे शिक्षणाचे काम त्यांनी चालू केले. जमिनीवरील मातीचा पाटीसारखा उपयोग करून मातीमध्ये झाडाच्या फांदीच्या बारीक काटकीने त्या अक्षरे गिरवीत असत. शेतातील वनस्पती, फुलझाडे, फळे ह्यांची नावे, रोजच्या जीवनात उपयोगी येणारी वाक्ये त्यांनी प्रथम लिहिण्यास सुरुवात केली. ज्योतिबा सकाळी लवकर शेतावर कामावर जात आणि विश्रांतीच्या वेळी दुपारी त्या दोघींना शिकवीत. भाषा, गणित, सामान्य ज्ञान हे विषय त्यांनी शिकविले. दोघीही हुशार होत्या. नवीन नवीन शिकायला उत्सुक होत्या. त्यामुळे ज्योतिबांनाही त्यांना शिकविण्यात अत्यंत आनंद मिळत असे. सावित्रीबाईंनी कधीच अभ्यासाची टाळाटाळ केली नाही आणि एक जागरूक अभ्यासू विद्यार्थिनीप्रमाणे ज्योतिबा जेवढा अभ्यास करावयास सांगत त्याप्रमाणे त्या करून ठेवीत असत आणि अशा प्रकारे भविष्याचा वेध घेऊन सावित्रीबाईंनी लिहिणे, वाचणे, व्यावहारिक कार्यासाठी गणित व सामान्य व्यवहारासाठी सामान्य विज्ञान हे सर्व विषय जाणीवपूर्वक आत्मसात केले. त्याच्या आधारावर सावित्रीबाईंचे पूर्ण व्यक्तिमत्त्व निर्माण झाले.

सावित्रीबाई : एक थोर शिक्षिका

१८४८ मध्ये पुण्यास बुधवार पेठेतील भिड्यांच्या वाड्यात ज्योतिबांनी मुलींची शाळा काढली. भिडे हे ब्राह्मण होते; परंतु ते इतर ब्राह्मणांसारखे नव्हते. अतिशय सुधारणावादी आणि दयाळू होते. भाडे न घेता त्यांनी आपला वाडा शाळेसाठी दिला व शंभर रुपये देणगीही दिली. महाराष्ट्रातील ही पहिली मुलींची शाळा. इथे ज्योतिबा फुकट शिकवू लागले. त्यांना आणखी एका शिक्षकाची गरज होती. त्यांच्यासारखेच फुकट शिकविणाऱ्याच्या शोधात ते होते. त्या काळी पेशवाईच्या राजधानीत खुद्द पेशव्यांचे सारे भाऊबंद स्त्री-शिक्षणाच्या विरुद्ध होते. त्यामुळे ज्योतिबांना या कार्यात मदत करण्यास आणि त्यामुळे होणारा त्रास सहन करण्यास कोणी तयार नव्हते. ज्योतिबांनी आपल्या मदतीकरिता सावित्रीबाईंना शिक्षिका म्हणून नेमले. सावित्रीबाई ह्या पहिल्या प्रशिक्षित भारतीय शिक्षिका म्हणून मानल्या जातात. कारण तोपर्यंत महाराष्ट्रातच काय, पण अन्य राज्यातही एकसुद्धा भारतीय स्त्री-शिक्षिका नव्हती. थोड्याशा मिशनरी शिक्षिका होत्या.

ही शाळा स्थापन करताना संस्थापकांना जितके कष्ट पडले, त्यापेक्षा कितीतरी जास्त कष्ट सावित्रीबाईंना ह्या शाळेत शिकविताना पडत होते. त्यांना खूप त्रास झाला. त्यांच्यावर खूप संकटे आली. बायकांची शाळा म्हणून कोणी पुरुषशिक्षक शिकविण्यास तयार होत नव्हते. मुलींना शाळेत पाठविण्याची कल्पनाच

त्या काळी कुणाला पटत नव्हती. उलट, ते धर्माच्या विरुद्ध आहे असे मानीत. त्यांची टवाळी आणि निंदा करीत; पण सावित्रीबाईंनी तिकडे लक्ष न देता आपले शिक्षण देण्याचे कार्य चालू ठेवले.

ज्योतिबांचे पुष्कळ मित्र होते. त्यांना लहान लहान मुली होत्या. त्यांना आपल्या शाळेत आणून शिकवायला सुरुवात केली. सावित्रीबाई त्यांना मोठ्या मायेने व प्रेमाने वागवीत व कळकळीने शिकवीत असत. मुलींना शिकायचा कंटाळा आल्याचे त्यांच्या लक्षात आले की, त्यांना त्या मधून मधून खेळायला सुटी देत. खायला खाऊ देत. त्यांच्या आनंदी स्वभावामुळे त्या मुलींना खूप आवडत आणि त्यांनाही मुली आवडत असत. एखादी मुलगी शाळेत आली नाही तर ती का आली नाही, ह्याची त्या स्वत: चौकशी करीत असत. एखादी मुलगी आजारी असल्याचे कळले की, त्या तिला भेटायला जात. जरूर पडली तर औषधेसुद्धा देत. त्यांच्या परिस्थितीनुसार त्या गरजू पालकांना आर्थिक मदत करीत. त्यांचे कार्य परोपकाराच्या व सामाजिक सेवेच्या दृष्टिकोनातून चाले. म्हणून हळूहळू लोकांच्याही मनात त्यांच्याविषयी आदर उत्पन्न झाला होता. लोक त्यांना थोर शिक्षिका म्हणून ओळखू लागले होते.

सावित्रीबाईंच्या शाळेतील कार्य, त्यांचे शिक्षिकेचे कार्य किती व्यवस्थित सुरू होते याचे एक उदाहरण असे : त्यांच्या शाळेतील १४ वर्षांच्या एका मांग मुलीने एक निबंध लिहिला होता. तो पाहिला असता केवळ ३ वर्षांत त्या मुलीची बौद्धिक वाढ किती प्रगल्भ झाली होती, हे लक्षात येते. ही मुलगी आपल्या निबंधात म्हणते, 'ब्राह्मण लोक असे म्हणतात की, वेद आमचीच सत्ता आहे. आम्हीच त्याचे अवलोकन करावे. त्यावरून उघड दिसते की, आम्हास धर्मपुस्तक नाही. जर वेद ब्राह्मणांसाठी आहेत, तर वेदांप्रमाणे वर्तन करणे हा ब्राह्मणांचा धर्म होय. जर आम्हास धर्मासंबंधी पुस्तक पाहण्याची मोकळीक नाही, तर आम्हाला धर्मपुस्तक नाही हे साफ दिसते. तर हे भगवान, तुजकडून आलेला धर्म कोणता तो आम्हाला कळीव, म्हणजे आम्ही सर्व त्याचा सारख्या रीतीने अनुभव घेऊ.

"इमारतीच्या पायात आम्हास तेल, शेंदूर फासून पुरण्याचा व आमचा निर्वंश करण्याचा क्रम चालविला होता. त्या समयी महार अथवा मांग यातून कोणी तालिमखान्यापुढून गेला असता गुलटेकडीच्या मैदानात त्याच्या शिराचा चेंडू व तलवारीचा दांडू करून खेळत होते. अशी जर मोठ्या सोवळ्या राजाच्या दारावरून जाण्यास बंदी, तर विद्या शिकण्याची मोकळीक त्यांना कुठून मिळणार?

कदाचित कोणास वाचता आले व ते बाजीरावास कळले तर 'हे महारमांग असून वाचतात, तर त्यास दप्तराचे काम देऊन त्यांच्याऐवजी धोकट्या बगलेत मारून ब्राह्मणांनी विधवांच्या हजामती करीत फिरावे काय?' असे बोलून तो त्यास शिक्षा करी.

"हा जुलूम विस्ताराने लिहू लागले असता मला रडू येते. या कारणास्तव भगवंताने आम्हावर कृपा करून दयाळू इंग्रज सरकारास येथे पाठवले आणि या राज्यातून आमची दुःखे निवारण झाली, ती अग्रक्रमाने लिहिते. किल्ल्याच्या पायात घालण्याची बंदी झाली. आमचा वंशही वाढत चालला. महारमांग यांतून कोणी बारीक पांघरूण पांघरले असता ते म्हणत की, त्यांनी चोरी करून आणले. हे पांघरूण तर आम्ही ब्राह्मणांनीच पांघरावे. जर महारमांग पांघरतील तर धर्म भ्रष्ट होईल असे म्हणून ते त्यास बांधून मारीत. पण आता इंग्रजी राज्यात ज्यांना पैसा मिळेल त्यांनी घ्यावे. उच्च वर्गातील लोकांचा अपराध केला असता मांगाचे किंवा महाराचे डोके मारीत होते, ती चाल बंद झाली. जुलमी बिगार बंद झाली. अंगाचा स्पर्श होऊ देण्याची मोकळीक कोठेकोठे झाली. गुलटेकडीच्या बाजारात फिरण्याची मोकळीक झाली."

असा तो त्या मुलीचा निबंध किती संवेदनशील मनाने लिहिला होता, कुठपर्यंत विचार करण्याची क्षमता त्यात आली होती, हे त्या मुलीचे कौतुक होते; परंतु त्यात सावित्रीबाईंचे श्रेयस होते. कर्तृत्व होते. कारण ही सावित्रीबाई शिकवीत असताना ज्योतिबांच्या शैक्षणिक कार्याचा व स्वकर्तृत्वाचा विचारप्रवाह प्रसंगानुसार सांगत असत. विद्यार्थी संस्कारक्षम असताना लगेच त्याची प्रचिती दिसून आली.

सावित्रीबाईंच्या शाळेतील मुलींची प्रगती पाहून दादोबा तर्खडकर यांनी फार समाधान व्यक्त केले. त्याप्रमाणे मेजर केंडी यांनीही मुलींची बुद्धिमत्ता व प्रगती पाहून चालकांचे अभिनंदन केले. शिक्षणमंडळाचे अध्यक्ष जॉन वॉर्डन यांनी सावित्रीबाईंचा गौरव केला. १८५२ मध्ये सावित्रीबाईंच्या शाळेची प्रकट परीक्षा घेण्यात आली. त्यावेळी न्या. ब्राउन यांनी सावित्रीबाई व ज्योतिबा यांची स्त्री-शिक्षणाविषयीची तळमळ पाहून समाधान व्यक्त केले. शिक्षणाच्या कामात सावित्रीबाई व ज्योतिबा यांना सदाशिव गोवंडे, केशवराव भवाळकर, विष्णुपंत थत्ते, विठ्ठल वाळवेकर, देवराव ठोसर इ. अनेक सद्‌गृहस्थांनी मदत केली. त्याचप्रमाणे अनेक युरोपियन मिशनरी यांनीही मदत केली. स्त्रियांच्या शिक्षणासाठी ज्योतिबा आणि सावित्रीबाई यांनी उभे केलेले कार्य आता चांगलेच नावारूपाला आलेले होते. स्त्री-शिक्षणाचे आद्य जनक म्हणून दोघांचा गौरव होऊ लागला. पहिली भारतीय शिक्षिका म्हणून लोक सावित्रीबाईंकडे आदराने पाहू लागले. महारमांगांच्या मुलांना शिक्षण देण्यासाठी

त्यांनी घेतलेले कष्ट अभूतपूर्व होते. सनातनी मंडळींकडून प्रचंड विरोध झाला. तरीही युरोपियन अधिकारी व काही थोर मनाचे ब्राह्मण यांना सावित्रीबाईंच्या कार्याचे कौतुकच वाटत होते.

सावित्रीबाई : एक प्रशिक्षिका

फुलेदांपत्याने शाळा काढल्या, शिक्षक नेमले. तेही स्वत: शिक्षक-शिक्षिका झाले, परंतु शाळांची संख्या वाढतच चालली होती. तेव्हा चांगल्या शिक्षक-शिक्षिकांची गरज निर्माण झाली. विशेषत: मुलींच्या शाळेत शिक्षिकेची गरज होती, पण शिक्षिका मिळेना. तेव्हा विष्णुपंत थत्ते व वामनराव खराडकर या पुरोगामी ब्राह्मणमित्रांनी मुलींच्या शाळेत शिक्षकांचे काम सुरू केले. फातिमा शेख या सावित्रीबाईंच्या सहकारी स्त्री- शिक्षिका. त्या मुसलमान समाजाच्या १९ व्या शतकातील पहिल्या मुस्लिम स्त्रीशिक्षिका होत्या.

त्याच सुमारास पुण्यातील गंजपेठेत छबिलदासाच्या वाड्यात मिसेस मिचेल या ख्रिश्चन मिशनरी स्त्रीने एक 'नॉर्मल स्कूल' सुरू केले होते. 'नॉर्मल स्कूल' म्हणजे आजचे अध्यापक विद्यालय होय. अध्ययन-अध्यापनासंबंधी संपूर्ण अभ्यासक्रम तेथे घेतला जाई. ज्योतिरावांनी मिसेस मिचेलबाईंची भेट घेतली. त्यांना सर्व माहिती दिली व त्यांना परीक्षा घेण्याचा आग्रह केला. मिसेस मिचेलबाईंनी त्यांच्या विनंतीला मान दिला. त्यांची सर्व विषयांची लेखी आणि तोंडी अशी दोन्ही स्वरूपांत परीक्षा घेतली. मिसेस मिचेलबाई दोघींची प्रगती पाहून अतिशय खूष झाल्या आणि खूष झालेल्या मिचेलबाईंनी इ.स. १८४५-४६ मध्ये तिसऱ्या व इ. स. १८४६-४७ मध्ये चौथ्या वर्षात दोघींना प्रवेश दिला. हा दोन वर्षांचा कोर्स पूर्ण करून या दोन महाराष्ट्रकन्या -भारतातील पहिल्या प्रशिक्षित शिक्षिका- आपल्या कार्यास सिद्ध झाल्या.

सावित्रीबाईंनी ज्यांच्या ज्यांच्याकडून शिकता येते, त्यांच्याकडून शिकण्याचा प्रयत्न केला. गोवंडेच्या पत्नी सरस्वतीबाई गोवंडे यांच्याबरोबर काही दिवस अहमदनगरला अभ्यास केला. ज्योतिरावांचे दुसरे मित्र श्री. केशव शिवराम भवाळकर यांनी अध्यापनशास्त्राचे धडे सावित्रीबाईंना दिले. तसेच शालेय व्यवस्थापनाचे मार्गदर्शन केले. परिणामी शिक्षकांची अभ्यासकक्षा वाढली पाहिजे याची जाण सावित्रीबाईंना झाली होती आणि म्हणून त्यांनी इतिहास, भूगोल, गणित या विषयांबरोबर ज्योतिषशास्त्र, खगोलशास्त्र, ग्रहलाघव, शब्दशास्त्र, म्हणी-भांडार, नीतिविषयक ग्रंथ अभ्यासले. 'अंकगणित - प्रथम भाग = पूर्णांक' या नावाचे पुस्तकही त्यांच्या संदर्भ ग्रंथांत मिळाले, यावरून त्यांनी तेही पुस्तक

अभ्यासले असावे असे वाटते.

महात्मा फुल्यांनी केवळ शाळाच काढल्या नाहीत, तर शिक्षक हा प्रशिक्षित असावा असा त्यांचा विचार होता. सावित्रीबाई त्याच विचाराच्या होत्या. म्हणून त्यांनी शिक्षकांना प्रशिक्षित करण्यासाठी 'नॉर्मल स्कूल' म्हणजे आज ज्याला आपण शिक्षक प्रशिक्षण संस्था म्हणतो, फातिमा शेखसुद्धा याच नॉर्मल स्कूलमधून प्रशिक्षित झालेल्या होत्या. 'शिकविणे ही एक कला आहे' असे म्हटले जाते आणि ही कला उत्तम रीतीने फातिमा शेख व सावित्रीबाई फुले यांना जमली होती. त्या दोघीही सरळसोप्या पद्धतीने उत्तम रीतीने शिकवीत असत. विद्यार्थिनींबद्दल त्यांच्या मनात सहानुभूती, प्रेम, जिव्हाळा नि कळवळा होता. असेच त्या सतत आपलेपणाच्या भावनेतून विद्यार्थिनींना मार्गदर्शन करीत असत.

सावित्रीबाई : एक आदर्श मुख्याध्यापिका

सावित्रीबाई या आदर्श शिक्षिका तर होत्याच, तसेच त्या आदर्श मुख्याध्यापिकाही झाल्या. भारतातील त्या पहिल्या मुख्याध्यापिका झाल्या.

शाळेतील मुलींची संख्या हळूहळू वाढू लागली. भिड्यांच्या वाड्यात सुरू असलेल्या ह्या शाळेत सुरुवातीला २५ मुली होत्या. जवळजवळ अर्धी संख्या ब्राह्मण मुलींची असली तरी मराठा, चांभार, महार, मांग, कोळी, माळी अशाही मुली होत्या. १८५० मध्ये मुलींची संख्या ७० झाली आणि दोन शिक्षक नेमावे लागले. शिकविण्याच्या कामातून त्यांना पैसे मिळत नव्हते. उरलेल्या वेळेत रजया शिवणे, फुलांचे हार करणे, शिवणकाम करणे या कामांतून त्या पैसे मिळवीत होत्या.

पुण्यात व आजूबाजूच्या खेड्यांमध्ये १८४२ ते १८५१ चा तीन-चार वर्षांमध्ये ज्योतिबांनी अनेक शाळा काढल्यावर बुधवार पेठेत अण्णासाहेब चिपळूणकरांच्या वाड्यात मुलींची शाळा काढली व सावित्रीबाई तिथे शिकवू शकल्या. रास्ता पेठेत एक मुलींची शाळा काढली. १८५२ मध्ये वेताळपेठेत दलितांसाठी मुलींची शाळा काढली. सबंध हिंदुस्थानात आपल्या लोकांनी दलित मुलींसाठी सुरू केलेली ही पहिली शाळा होती. लवकरच ही शाळा वाढली, चांगला आकार घेऊ लागली आणि सावित्रीबाई या शाळेच्या मुख्याध्यापिका झाल्या व यशस्वी मुख्याध्यापिका म्हणून मान्यता पावल्या; कारण त्यांनी प्रशिक्षणात शालेय प्रशासनाचाही अभ्यास केलेला होता.

सावित्रीबाई : एक उत्तम पर्यवेक्षिका

मुख्याध्यापिका सावित्रीबाईंनी आता पर्यवेक्षणाचे कामही आपल्या खांद्यावर

घेतले. ज्या शाळेत कोणी शिक्षक अथवा मुख्याध्यापक नसेल, तेथे जाऊन अध्यापकाचे अथवा व्यवस्थापनाचे काम त्या करीत. त्यांच्या कामाचे उद्दिष्ट एकच : विद्यार्थ्यांशी ममतेचा दुवा साधणे. परिणामी शाळेतील मुला-मुलींची संख्या झपाट्याने वाढत होती. याची नोंद तत्कालीन वृत्तपत्रांत सापडते. 'पूना ऑब्झर्व्हर्स'च्या संपादकाच्या मित्राने असे मत व्यक्त केले की, 'ज्योतिबांच्या शाळेतील मुलींची पटसंख्या दहापटीने मोठी आहे. याला कारण असे की, मुलींना शिकविण्यासाठी जी व्यवस्था आहे, ती मुलांच्या शाळेपेक्षा अनेकपटीने श्रेष्ठ दर्जाची आहे. यामुळे पुण्यातील विचारवंत पुरुषांना मोठी निराशा वाटत आहे. जर अशीच परिस्थिती कायम राहिली, तर सरकारी शाळांतील मुलांपेक्षा ज्योतिबांच्या शाळेतील मुली वरचढ होतील व खरोखरीच येत्या परीक्षेत मोठा विजय मिळवू, असे त्या मुलींना वाटत आहे. फुलेदांपत्याने स्त्रीशिक्षणासाठी केलेल्या भरीव कामगिरीचा बोलबाला संबंध महाराष्ट्रात होत होता. खूष झालेल्या राज्यपालांनी ही सर्व माहिती लंडनमधील कंपनी सरकारला कळविली. त्यामुळे ज्योतिबा-सावित्रीबाईंच्या कार्याची पूर्ण माहिती कंपनी सरकारला समजली. शासनाने १८३ रुपयांच्या दोन शाली विकत घेतल्या. पुणे महाविद्यालयाचे प्राचार्य मेजर कँडी यांच्याकडे ही महावस्त्रे देऊन फुलेदांपत्याच्या कार्याचा गौरव करण्याची कामगिरी सोपविली. सरकारने फुलेदांपत्याचा गौरव करण्यासाठी विश्रामबागवाड्यात सभा बोलावली होती. समारंभाला इंग्रज अधिकारी अशा तत्कालीन सुधारक व बहुजन समाज सर्वच स्तरांतील लोकांची प्रचंड गर्दी झालेली होती. कार्यक्रमाच्या प्रारंभी मेजर कॅन्डींनी सभेचा उद्देश मराठीतून सांगितला. सरकारचा प्रतिनिधी या नात्याने ती महावस्त्रे ज्योतिबा व सावित्रीबाईंना अर्पण केली व शुभेच्छा व्यक्त केल्या. टाळ्यांचा प्रचंड गगनभेदी कडकडाट झाला. आपल्या सत्काराच्या उत्तरातील भाषणात ज्योतिराव म्हणाले, "हा गौरव माझा नसून, माझी पत्नी सावित्री हिचा आहे. मी शाळा स्थापन करीत सुटलो; पण तिने अनेक अडचणींना तोंड देऊन त्या सांभाळल्या, वाढवल्या. मी निमित्तमात्र आहे. हा गौरव माझा नसून मला साहाय्य करणारे सर्व इंग्रज अधिकारी, शाळकरी मित्र, तसेच सगुणाबाई, शेख फातिमा यांचा आहे. आणि याचे नियोजन, पर्यवेक्षण व अध्यापनही सावित्रीने केले आहे. त्यामुळे हा गौरव त्यांचा आहे, सर्वांचाच आहे असे मी मानतो आणि सरकारचे मी मनापासून आभार मानतो."

सावित्रीबाईंचे शिक्षणप्रसाराचे कार्य

तत्कालीन परिस्थितीचा विचार करता, स्त्री आणि शूद्रातिशूद्र यांच्या जीवनाचा विचार करता, ज्योतिबा फुलेंच्या लक्षात आले होते की, हा समाज जर बदलावयाचा

असेल, तर यासाठी या समाजातील सर्वच व्यक्ती मग स्त्री असो वा पुरुष– हे सर्व घटक शिक्षित होणे अत्यंत गरजेचे आहे. कारण शिक्षण हेच समाजपरिवर्तनाचे अत्यंत प्रभावी असे साधन आहे. 'श्रेष्ठ धन' या कवितेत सावित्रीबाई म्हणतात,

> अभ्यास करी विद्येचा । विद्येस देव मानुन
> घे नेटाने तिचा लाभ । मनी एकाग्र होऊन
> विद्या हे धन आहे रे । श्रेष्ठ साऱ्या धनाहून
> तिचा साठा ज्याच्यापाशी । ज्ञानी तो मानती जन

फुलेदांपत्य मानत असे की, पुरुषांना दिल्या जाणाऱ्या शिक्षणापेक्षा स्त्रियांना दिले जाणारे शिक्षण महत्त्वाचे आहे; कारण त्या स्वत: शिकून स्वत:चे कुटुंबही शिक्षित करतात. तर पुरुषाचे शिक्षण हे त्यांचे वैयक्तिक शिक्षण असते. आणि म्हणून या दोन्ही अंत्यज घटकांना शिक्षित करण्यासाठी सावित्रीबाईंच्या मदतीने शाळा काढून त्यांनी यशस्वीपणे चालू ठेवण्याच्या प्रयत्नांचा सपाटा सुरू केला आणि सुरुवात होती त्या ऐतिहासिक दिवसाची जेव्हा १ जानेवारी १८४८ रोजी पुण्यात बुधवार पेठेमध्ये भिडे यांच्या वाड्यात पहिली मुलींची शाळा सुरू केली. पुढे उघडलेल्या शाळा तारखेप्रमाणे अशा -

१.	भिडेवाडा, पुणे	१-१-१८४८
२.	महारवाडा, पुणे	१५-५-१८४८
३.	हडपसर	१-९-१८४८
४.	ओतूर, जि. पुणे	५-१२-१८४८
५.	सासवड	२०-१२-१८४८
६.	आल्हाटाचे घर, कसबा पेठ	१-७-१८४९
७.	नायगाव, ता. खंडाळा, जि. सातारा	१५-७-१८४९
८.	शिरवळ	१८-७-१८४९
९.	तळेगाव ढमढेरे	१-९-१८४९
१०.	शिरूर	८-९-१८४९
११.	अंजीरवाडी-माझगाव	३-३-१८५०
१२.	करंजे, जि. सातारा	६-३-१८५०
१३.	भिंगार	१९-९-१८५०
१४.	मुंढवे, पुणे	१-१२-१८५०
१५.	अण्णासाहेब चिपळूणकर वाडा, पुणे	३-७-१८५१
१६.	नाना पेठ, पुणे	१-१२-१८५१

१७.	रास्ता पेठ, पुणे	१७-९-१८५१
१८.	वेताळ पेठ, पुणे	१५-३-१८५२

महात्मा ज्योतिबा फुले यांना शाळा काढणे त्या मानाने सोपे होते, परंतु त्या यशस्वीपणे चालविणे जिकिरीचे काम होते. पैसा, मनुष्यबळ कमी करून ब्राह्मण लोकांचा दंडक आणि विरोध यांतून होणारा त्रास व त्यातही शाळा चालविणे, मुलींमध्ये शिक्षणाची आवड निर्माण करणे आणि त्यांच्यावर चांगले संस्कार करणे किती महत्त्वपूर्ण काम होते. परंतु तरीही सावित्रीबाई मात्र न डगमगता अव्याहतपणे कार्य चालू ठेवत होत्या. समाजव्यवस्थाही चांगल्या प्रकारची राहील, यासाठी सतत प्रयत्न करीत होत्या.

त्या शिक्षणासाठी शूद्रांना समजून देताना सांगायच्या -

शूद्रांना सांगण्याजोगा । आहे शिक्षणमार्ग हा

शिक्षणाने मनुष्यत्व येते । पशुत्व हटते पहा.   (काव्यफुले)

असा मूलमंत्र देऊन सावित्रीबाईंनी स्त्रियांना, शूद्रांना शिक्षणासाठी प्रेरित केले. शिक्षणाने व्यक्तिमत्त्वविकास कशा प्रकारे घडून येतो, हे सावित्रीबाईंनी समजून दिले अन् मुलींचा, स्त्रियांचा व्यक्तिमत्त्वविकास साधण्याचा प्रयत्न केला. स्वत:च्या पायावर खंबीरतेने उभ्या राहू शकतील एवढे सबळ त्यांना बनविले, हे सावित्रीबाईंचे श्रेयस आहे.

सावित्रीबाईंचे मनुष्यत्वासाठी शिक्षण - फुलेदांपत्याने प्रथमत: व्यक्तीचा व्यवहारी दृष्टिकोनातून मनुष्य म्हणून विचार केला व तो कसा असावयास पाहिजे हे 'आधी केले मग सांगितले' याप्रमाणे शिकविले. सावित्रीबाईंनी मुलामुलींना शिक्षण देताना सतत एक काळजी घेतली ती ही की, ती केवळ पडिक पंडित होणार नाहीत; तर आपल्या समाजाचा मानवतेच्या दृष्टिकोनातून विचार करतील, त्यांची मते अधिक संवेदनक्षम होतील, ते समाजविकास वर्धिष्णू होतील व पुढे जाऊन भविष्यात खरा माणूस समाजाचा नागरिक बनेल.

अस्पृश्यांच्या शाळेसाठी दुसरे एक मंडळ स्थापन करण्यात आले. या शाळेला 'दक्षिणा प्राइज कमिटी' अनुदान मिळू लागले. फुलेदांपत्याच्या महारमांगांच्या शाळांकडे समाजातील प्रतिष्ठित नामवंतांचे लक्ष वेधले जाऊ लागले. माळी जशी कुदळफावडे घेऊन जमिनीची मशागत करतो, तशी सावित्रीबाई मुलामुलींच्या मनाची जोपासना करून त्यात नवीन विचारांची बीजे रुजवीत होत्या. त्यांना विचार करण्यास प्रवृत्त करीत होत्या. शालेय शिक्षणाचा संबंध हा ज्ञानसंचयनाशी असतो, तर खऱ्या शिक्षणाचा संबंध हा मनोविकासासाठी असतो. हा मनोविकास साधण्याचा

त्यांचा कसोशीचा प्रयत्न असे आणि याचा प्रत्यय आपल्याला मागे जो मुक्ताने निबंध लिहिलेला होता, तो वाचून आला असेलच.

फुलेदांपत्याने शाळा काढल्या, परंतु ते शाळांची जाळी विणीत बसले नाहीत. शिक्षण हे समाजपरिवर्तनाचे साधन आहे. केवळ साक्षर करण्यासाठी त्यांना शिक्षण द्यावयाचे नव्हते, तर शिक्षणातून त्यांना समाजजागृती करावयाची होती. जुनाट रूढी, अंधश्रद्धा, जुन्या परंपरा, भोळ्या समजुती नाहीशा करावयाच्या होत्या. सामान्य लोक पशुतुल्य जीवन जगत होते. त्यांच्यात मनुष्यत्व कसे आणता येईल, याचा सावित्रीबाईंनी विचार केला होता.

शिक्षणातून माणुसकीचे शिक्षण मिळते. समाजात वागावे कसे, रहावे कसे, समाजात राहत असताना पाशवी प्रवृत्ती किती वाईट आहे याची जाणीव होते व ती कमी करण्याचा प्रयत्न होतो. म्हणजेच योग्य माणूस घडण्याची प्रक्रिया शिक्षणातून होते. म्हणून म्हणतात,

'Education is not what he learns but what he becomes.'

मनुष्यत्वासाठी शिक्षण हा मूलभूत विचार दीडशे वर्षांपूर्वी मांडण्याऱ्या सावित्रीबाई फुले या भारतातील थोर विचारवंत होत्या. लोकांना माणूस बनविणे, ताठ मानेने उभे रहायला शिकविणे, स्वत्व जपण्यास शिकविणे आणि त्याही पलीकडे जाऊन माणसाबद्दल प्रेम निर्माण करण्यास शिकविणे, एवढा व्यापक दृष्टिकोण ह्या लोकोत्तर स्त्रीच्या ठिकाणी होता.

महात्मा फुल्यांनी १८५५ साली 'तृतीय रत्न' नावाचे नाटक लिहिले होते. परंपरा आणि अंधश्रद्धा यांनी जखडलेल्या निरक्षर कुटुंबांची धर्माच्या नावाखाली लुबाडणूक आणि वागणूक कशी होते, याचे प्रत्ययकारी चित्रण यात ज्योतिबांनी रेखाटले आहे. या नाटकात शेवटी सावित्रीबाईंनी प्रौढ स्त्रियांसाठी जी रात्रीची शाळा सुरू केली आहे, त्या शाळेत प्रौढ स्त्रियांनी जावे असा उपदेश केला आहे. रूढी, परंपरा आणि अज्ञान यांचे उच्चाटन करण्यासाठी या दांपत्याने आपले जीवनसर्वस्व ऐन तारुण्यात कसे समर्पित केले होते, याची कल्पना यावरून येते.

सावित्रीबाईंनी शिक्षणाचे कार्य केले, त्यानंतर सामाजिक कार्य केले. दुष्काळात फुलेदांपत्याने अन्नछत्रे उघडली आणि हजारो जिवांचे प्राण वाचविले. आयुष्यभर उभयतांनी माणूस घडविण्याचे व मनुष्यत्व टिकविण्याचे कार्य केले. बालहत्याप्रतिबंधक गृहातील मुलांना केवळ वाढविले नाही; तर त्यांच्यावर खऱ्या माणुसकीचे संस्कार केले. त्यांना समतेचे पाईक बनविले व स्त्रियांना सामाजिक छळापासून वाचवून जीवन

जगण्यासाठी इच्छा, प्रेरणा निर्माण केली.

सावित्रीबाई 'मानव व सृष्टी' या काव्यात म्हणतात –

मानवी जीवन हे विकसूया
भय चिंता सारी सोडुनी या
इतरा जगवू स्वत: जगू या
मानवप्राणी निसर्गसृष्टी द्वय शिक्क्याचे नाणे
एकच असे ते म्हणुनि सृष्टिला शोभवू मानव लेणे।

अशा प्रकारे स्वत: जगून दुसऱ्यालाही जगविण्याची मानवतेची प्रेरणा देतात, म्हणून त्या शिक्षणतज्ज्ञ ठरतात.

शिक्षणतज्ज्ञ हा गाढा अभ्यासक, तत्त्वचिंतक आणि प्रयोगशील असावा लागतो. त्याप्रमाणे सावित्रीबाईंनी समाजाचा खोलवर अभ्यास केला. चिंतन, मनन केले. शिक्षणतज्ज्ञ हा दूरदृष्टीचा असतो. भविष्यातील परिस्थितीचा विचार करून तो सिद्धांत, तत्त्व मांडीत असतो. सावित्रीबाईंमध्येसुद्धा दूरदृष्टी होती. म्हणूनच त्यांनी पुढील महिला विकासाची क्रांती यशस्वी करण्यासाठी महिला सेवा मंडळाच्या हळदी- कुंकवाचे कार्यक्रम हाती घेतले होते.

दुसरे असे की, शिक्षणतज्ज्ञ समाजाचे, परिस्थितीचे, घटनेचे, काही विशिष्ट बाबींचे निरीक्षण, अवलोकन करतात, त्यातील कारणमीमांसा जाणून घेतात व त्या परिस्थितीला, घटनेला समाजाच्या विकासासाठी, व्यक्तीच्या विकासासाठी मार्गदर्शन करतात, काही उपाय सांगतात, सिद्धांत प्रतिपादित करतात की ज्याच्या आधारावर त्यांचा विकास अनुस्यूत असतो व समाजाने त्या क्रिया-प्रतिक्रिया, सिद्धांत अमलात आणले तर निश्चितच त्याचा विकास होतो. उदाहरणदाखल सांगायचे झाल्यास महात्मा गांधीजींनी मूलोद्योगी शिक्षणपद्धती सांगितली, रवींद्रनाथ टागोरांनी शांतिनिकेतनसारख्या शिक्षण संस्थांतून, निसर्गाच्या सानिध्यातून शिक्षण सांगितले. विनोबाजींनी योग, उद्योग, सहयोगावर आधारित असलेली शिक्षणपद्धती सांगितली. ती शिक्षणक्षेत्रात अमलात आणली. त्याचा फायदाही झाला; परंतु काळाच्या ओघामध्ये मात्र त्या शिक्षणपद्धती थोड्या मागे पडल्या. तद्वतच सावित्रीबाईंनी त्या वेळी असलेल्या परिस्थितीचे निरीक्षण, परीक्षण व मूल्यमापन करून व्यक्तीच्या, स्त्रियांच्या, शूद्रांच्या, दुर्बलांच्या, समाजाच्या विकासासाठी, त्यांचे दास्यत्व संपविण्यासाठी, गुलामगिरी संपविण्यासाठी शैक्षणिक सिद्धांत मांडले; ज्यांत समाजाबद्दलचा कळवळा व विकासाची दुर्दम्य इच्छा-आकांक्षा होती व समाजामध्ये निश्चितच त्या उपयोगात आणण्यासारख्या होत्या. नव्हे,

सावित्रीबाईंनी त्या आणल्या. केवळ तत्कालीन समाजाच्या विकासासाठी कोरडे शैक्षणिक सिद्धांत सांगितले नाहीत; ते प्रत्यक्ष कृतीमध्ये उतरविले. असे कार्य एक शिक्षणतज्ज्ञच करू शकतो.

ते शैक्षणिक सिद्धांत खालीलप्रमाणे –

१) समाजातील अंधश्रद्धा व खोट्या समजुती दूर करणे – सावित्रीबाईंनी प्रथमत: तत्कालीन समाजातील व्यक्तीला परंपरा, अंधश्रद्धा, जुन्या समजुतीतून बाहेर काढण्याचा प्रयत्न केला. त्यांनी जनतेला त्या वेळी समजून सांगितले.

त्या 'नवस' या काव्यात म्हणतात—

गोठ्याला शेंदूर । फासुनि तेलात
बसती देवात । दगड तो
धोंडे मुले देती । नवसा पावती
लग्न का करिती । नारी-नर

हे समजून सांगताना त्या म्हणतात की, हे सर्व कशाने शक्य आहे तर शिक्षणाने—

दूर फेकुनि रूढी द्या रे
परंपरेची मोडुनि दारे
लिहिणे, वाचणे, शिकुनी घ्या रे
छान वेळ आली...इंग्रजी माऊली आली.

तत्कालीन समाजाचा विकास करण्यासाठी, स्त्रिया व शूद्रांचा विकास करण्यासाठी अंधश्रद्धा, खुळ्या समजुती, परंपरा या अडसर आहेत. म्हणून त्यांचा नायनाट करण्यासाठी शिक्षण हे महत्त्वाचे साधन आहे, हा सिद्धांत त्यांनी प्रथम सांगितला आणि अमलातही आणला.

सावित्रीबाई : एक शिक्षणतज्ज्ञ

सावित्रीबाई एक क्रांतिज्योत जी त्यांच्या वयाच्या केवळ १७ व्या वर्षीच प्रज्वलित झाली आणि शैक्षणिक कार्याचा श्रीगणेशा केला आणि त्याची तेजस्विता तर आजही कायम आहे, तेवढीच प्रखर आहे. शैक्षणिक, सामाजिक, वाङ्मयीनक्षेत्र, काव्यक्षेत्र त्यांच्या कार्यांनी व्यापून टाकले. सावित्रीबाईंच्या अंगी असलेली जिद्द, कामावरील अतूट निष्ठा यामुळे झपाटल्यागत त्यांनी कामाला वाहून घेतले. ज्योतिबांसारखे मार्गदर्शक सहचारी त्यांना लाभल्यामुळे बौद्धिक प्रगल्भताही वाढत गेली. शिक्षिका, मुख्याध्यापिका, पर्यवेक्षिका या तीनही भूमिका पार पाडताना त्या आपल्या कार्याशी समरस होत असत. मुलांची शैक्षणिक प्रगती, त्यांच्या समस्या यासंबंधी सतत त्यांचा

अभ्यास, चिंतन, मनन चालूच असे. म्हणूनच अवघ्या ८ ते १० वर्षांच्या काळात शिक्षणावर भाष्य करण्याची पात्रता त्यांच्या अंगी निर्माण झाली. त्यांनी जे शैक्षणिक सिद्धांत मांडले ते त्यांना त्या वेळच्या परिस्थितीमध्ये जे अनुभव आले त्या अनुभवांच्या आधारावर मांडले. ते सिद्धांत युरोपियन देशातील १६ व्या व १७ व्या शतकांतील शिक्षणतज्ज्ञांच्या सिद्धांताशी मिळतेजुळते आहेत. याचाच अर्थ शेतामध्ये मातीवर रेघोट्या ओढून अ, आ, ई शिकणाऱ्या सावित्रीबाईंनी आपली बुद्धी, चाणाक्षपणा, जिद्द, प्रसंगावधान, समाजाविषयीचा अत्यंत कळवळा यामुळे आपल्या कर्तृत्वाने सर्व क्षेत्रांत क्रांती घडवून आणली, जे विचारमंथन केले, त्या क्रांतीतील, त्या विचारमंथनातील विचारांवरून सिद्धांत प्रतिपादित केले. ते सिद्धांत पुढीलप्रमाणे –

१) समाजाच्या दुरवस्थेचे मूळ व्यक्तीच्या अज्ञानात - बहुजन समाजाच्या दैन्य, दुरवस्थेचे मूळ त्यांच्या अज्ञानात आहे. आपला विकास, उत्कर्ष कशात आहे हे त्यांना कळत नाही. शिक्षण हाच त्यावरील एकमेव उपाय आहे. म्हणूनच त्या 'ईशस्तवन' मध्ये म्हणतात,

'आम्ही लेकरे तुला प्रार्थितो
विद्या देई ज्ञान इच्छितो
दैन्यासूर संहारा । श्रीधरा ।'

आणि त्या शिक्षण घेण्यासाठी सर्वांना उठवतातसुद्धा! त्या 'शिक्षणासाठी जागे व्हा' या काव्यात म्हणतात—

'उठा बंधूंनो, अतिशूद्रांनो, जागे होऊनी उठा,
परंपरेची गुलामगिरी तोडण्यासाठी उठा
बंधूनो, शिकण्यासाठी उठा'

आणि शूद्र उठले, स्त्रिया उठल्या आणि गुलामगिरी तोडून काढली.

तसेच मनुष्यत्व प्राप्त होण्यासाठी शिक्षण किती आवश्यक आहे, हे मागच्याच मुद्द्यात आले आहे.

सावित्रीबाईंनंतर अशीच क्रांतीची हाक राष्ट्रसंत तुकडोजीमहाराजांनी दिली होती.

'अरे! उठा उठा श्रीमंतांनो! अधिकाऱ्यांनो, पंडितांनो, सुशिक्षितांनो, साधूसंतांनो, हाक आली क्रांतीची'

२) संस्कारांतून शिक्षण - बालक जेव्हा शिक्षण घेते-तेव्हा त्याला संस्कार, अनुभव दिले जातात. हे संस्कार गर्भधारणेपासून सुरू होतात. याचे उत्तम उदाहरण म्हणजे अभिमन्यू आहे. द्रौपदीच्या गर्भामध्ये असताना अभिमन्यूने चक्रव्यूह तोडण्याचे

ज्ञान श्रीकृष्ण सांगत असताना घेतले. परंतु जेव्हा अर्भकाचा हुंकार श्रीकृष्णाला ऐकू येतो, तेव्हा तो थांबतो. म्हणून अभिमन्यूला चक्रव्यूहात जाण्याचे ज्ञान मिळते परंतु तेथून बाहेर पडण्याचे ज्ञान मिळत नाही, असे सांगितले गेले आहे.

मातेचा आहार, विचार, संस्कार व पर्यावरण यांचा उगवत्या पिढीवर परिणाम होत असतो. हेच विचार युरोपियन देशातील शिक्षणतज्ज्ञ जॉन कोमेनिअसने १६ व्या शतकाच्या सुरुवातीला मांडले होते. भारतीय जनतेसमोर ते विचार १९ व्या शतकात सावित्रीबाईंनी केवळ मांडलेच नाहीत, तर त्या दृष्टीने सर्वप्रथम कार्य केले. संस्कार जीवनात किती महत्त्वाचे असतात, त्यातून पुढील आयुष्य कसे घडते ते केवळ सांगितलेच नाही; तर मुलींवर त्यांनी संस्कार केले.

३) स्त्रीला माणूस म्हणून प्रतिष्ठा देणे - समाजाचे अध:पतन थांबवायचे असेल तर स्त्रीला प्रथम एक माणूस म्हणून प्रतिष्ठा मिळाली पाहिजे, हे त्यांनी अचूक ओळखले होते. तिच्या व्यक्तिमत्त्वाचा सन्मान झाला पाहिजे, म्हणून त्यांनी स्त्री-समस्यांची सोडवणूक केली. केशवपनास विरोध, न्हाव्याचा संप, विधवाविवाह या संदर्भात सखोल अभ्यास करून तोड काढण्याचा प्रयत्न केला. यात सर्वांत महत्त्वाची बाब म्हणजे बालहत्याप्रतिबंधक गृहाची स्थापना होय. याद्वारा मानवतेस काळिमा फासणाऱ्या प्रवृत्तींना रोखण्यात त्या यशस्वी झाल्या. आपोआप त्या बाबींना आळा बसला. समाजाचे नैतिक स्वास्थ्य सुधारू लागले. उगवती पिढी मनाने, शरीराने निरोगी व्हायची असेल तर समाजाचे स्वास्थ्य निरोगी, स्वच्छ व सुसंस्कृत असावे लागते. 'Sound mind in a sound body' असं म्हणतात. शरीर निरोगी आणि चांगले ठेवावयाचे असेल तर मन हे निरोगी, स्वच्छ व शांत असावयास पाहिजे. तद्वतच समाजाचे स्वास्थ्य चांगले ठेवावयाचे असेल, तर समाजातील व्यक्ती मनाने निरोगी, स्वच्छ, सुसंस्कृत, शिक्षित असावयास पाहिजे, हा सिद्धांत त्यांनी सांगितला.

४) शिक्षक व विद्यार्थी एकाच परिसरातील आवश्यक - सावित्रीबाईंचे म्हणणे होते की विद्यार्थ्याला चांगल्या प्रकारचे ज्ञान घ्यावयाचे असेल, तर शिक्षक व विद्यार्थी दोघेही एकाच परिसरात राहणारे असले पाहिजे. त्यामुळे त्यांचा परिसर, त्यांना जाणवणाऱ्या समस्या समान असतात. शिवाय शिक्षकांना विद्यार्थ्यांची पूर्ण माहिती असते. त्यांचे मानसशास्त्र व्यवस्थित समजून घेऊ शकतात आणि म्हणून सावित्रीबाईंनी ब्राह्मण मुलींच्या शाळेवर ब्राह्मण शिक्षक व शूद्रातिशूद्र मुलींच्या शाळेवर त्या स्वत: व शेख फातिमा यांची नेमणूक केली होती. जेव्हा त्यांची परीक्षा घेतली तेव्हा त्यांना दोन निष्कर्ष मिळाले. एक म्हणजे विद्यार्थ्यांच्या शैक्षणिक प्रगतीवर परंपरा व पर्यावरण कारणीभूत असतात आणि दुसरा म्हणजे विद्यार्थी व

शिक्षक हे दोघेही एकाच पर्यावरणातील असावेत, तर त्यांच्या समस्येची उकल लवकर होते, असा निष्कर्ष एक शिक्षणतज्ज्ञच काढू शकतात.

५) हसत खेळत शिक्षण द्यावे - मुलांच्या मनावर, कोणत्याही प्रकारचा ताण-तणाव येऊ न देता जर त्यांना शिक्षण दिले तर ते लवकर समजते, अधिक काळ स्मरणात राहते. सावित्रीबाईंना सुद्धा हेच अपेक्षित होते. त्या शाळेमध्ये अगदी साध्या सोप्या भाषेतून समजून सांगायच्या. काही वेळ शिकविले की खेळण्यासाठी सुट्टी द्यायच्या.

श्री नंदकुमार यांनी 'आनंददायी शिक्षण प्रकल्प' मांडला होता आणि शासनाने तो स्वीकारला. विशिष्ट वस्तूंच्या, चिन्हांच्या माध्यमातून मुलांना शिकविण्याचा प्रयत्न या प्रकल्पात आहे हेच त्यावेळी सावित्रीबाईंना अपेक्षित होते. यावरून त्या किती द्रष्ट्या विचारवंत होत्या हे लक्षात येते.

६) शिक्षणात प्रयोगशीलता, कृतिशीलता असावी - सावित्रीबाईंनी शिक्षण तर सुरू केले, परंतु शिक्षण कसे असावे, त्यातून मुली, मुले कसे तयार व्हावेत हे ही सांगितले. त्या 'सामुदायिक संवाद' पद्यामध्ये म्हणतात -

नकोत इच्छा आरामाची
ईर्षा धरुनि शिक्षणाची
संधी घ्या तुम्ही छान आजची
अनुकूलता बघ कालगतीची
न कुरकुरता न आळसता शाळेत जाऊ शिकू चला.
गुलामगिरीची युगायुगाची बेडी तोडू चला चला.

सनातनी लोकांकडून केली जाणारी गुलामगिरी संपविण्यासाठी व आपण कृतिशील होण्यासाठी शिक्षण घ्यावे, आळस करू नये व ती संधीही त्यांनी उपलब्ध करून दिली. खरे शिक्षणतज्ज्ञ असे असतात.

७) चारित्र्यसंपन्न, नीतिमान मुले निर्माण करणे - आपला समाज हा अविकसित आहे कारण तो अज्ञानी आहे. त्याचे हित कशात आहे हेही त्याला समजत नाही. आपल्यावर लादलेली ही गुलामगिरी आहे याचा साधा समजही त्यांना नाही. याचे कारण सांगताना सावित्रीबाई 'शूद्रांचे परावलंबन' या कवितेत म्हणतात,

ज्ञानाचे नसती डोळे । म्हणोनि न दिसे दुःख
स्वावलंबी नसे शुद्र । स्वीकारती पशू सुख

आणि म्हणून त्या शूद्रांना सांगतात- आपल्याला त्याची जाणीव होईल. नीती, धर्म शिकता येईल व शूद्र म्हणून लागलेला जो डाग आहे तो शिक्षण घेतल्याने

कमी होईल. म्हणून त्यांनी सिद्धांत प्रस्थापित केला की,

मुलाबाळांना आपण शिकवू । आपण सुद्धा शिकू
विद्या घेऊनी ज्ञान वाढवून । नीतीधर्मही शिकू
नसानसातून ईर्षा खेळवू । विद्या मी घेईन
शूद्रत्वाचा डाग हा माझा । निपटून काढीन.

असे 'शिकण्यासाठी जागे व्हा' या कवितेत सावित्रीबाईंनी म्हटले आहे. कारण 'मानव' असण्याची संकल्पना सावित्रीबाईंची जी होती ती योग्य होती. ती त्यांनी 'तयास मानव म्हणावे का?' या कवितेत मांडली होती. मानवामध्ये कोणते सद्‌गुण हवेत ज्यामुळे त्याचे चारित्र्य चांगले राहील हे सांगताना त्या म्हणतात,

दुसऱ्यास मदत नाही
सेवा त्याग दया माया ही
ज्यापायी सद्‌गुण नाही
तयास मानव म्हणावे का?

आणि या सर्वांची परिपूर्ती चारित्र्यसंपन्न, सद्‌गुणसंपन्न साधन म्हणजे शिक्षण असे त्यांनी सांगितलं आणि त्याची परिपूर्तीही केली.

या त्यांच्या शैक्षणिक सिद्धातांचा उपयोग त्यांनी आपल्या शैक्षणिक क्रांतीमध्ये केला त्यांचे हे सर्व सत्कार्य होते. मानवी विकासाचे, उत्थानाचे कार्य होते आणि हे असे कार्य कधीच वाया जात नाही. महात्मा ज्योतिबा फुले आणि सावित्रीबाई फुले यांनी केलेल्या कार्याचे अखेर मोजमाप झालेच आणि विषयाचे झुकते माप त्यांच्या पदरात पडले. या शैक्षणिक कार्याची नोंद घेण्याचे ब्रिटिश सरकारने ठरवले.

१६ नोव्हेंबर १८५२ या दिवशी म्हणजेच पहिली शाळा निघाल्यापासून चार वर्षांला दीड महिना कमी असतानाच ब्रिटिश सरकारने फुले दांपत्याला मानाचा मुजरा करण्यासाठी त्यांचा सत्कार केला. पुण्यात झालेला भारतीय समाज सुधारकाचा तो पहिला सत्कार होता. ही बाब इथे उल्लेखनीय आहे. सत्कार समारंभाला पुण्यातील विद्वान शास्त्री मंडळी, कलेक्टर, प्रोफेसर, ब्रिटिशांचे विविध खात्यातील वरिष्ठ अधिकारी होते आणि मेजर कँडी यांच्या हस्ते सत्कार झाला यापेक्षा महत्त्वाचे होते त्यांचे फुले दांपत्याविषयीचे उद्‌गार "मिशनरी पद्धतीने सावित्रीबाईनी स्त्रियांची सेवा केली. विरोधकांचा विरोध सहन केला तरीही त्या मागे हटल्या नाहीत, त्यांच्या कार्याला भारतीय इतिहासात तोड नाही. सावित्रीबाईनी स्त्री शुद्रांची सेवा ईश्वरसेवा मानून केली. स्त्रियांना ज्ञानाची कवाडे उघडून दिली."

हा सत्कार होता बुरसटलेल्या रूढी, परंपरांना फेकून देणाऱ्या पुरोगामी विचारांचा होता. हा सत्कार स्त्रीशक्तीचा होता. हा सत्कार ज्ञानखीच्या प्रकाशाचा होता. हा सत्कार म्हणजे तत्कालीन समाजातील सनातनी मंडळींच्या तोंडात मारलेली चपराक होती.

या इंग्रज सरकारच्या सत्कारासोबतच सरकारी अहवालातदेखील असे नमूद करण्यात आले की, "स्त्रियांच्या शिक्षणात प्रगती व्हावी. यासाठी या कामाला पगाराचा विचार न करता स्वत: होऊन निष्ठेने मुख्याध्यापिका सावित्रीबाईंनी वाहून घेतले. ज्ञानाची प्रगती जसजशी वाढत जाईल, तसतसे स्त्रीशिक्षणाचे फायदे या देशातील लोकांना कळू लागतील. धार्मिक अंधश्रद्धा व अन्याय्य रूढींच्या गुलामगिरीतून बाहेर पडण्यासाठी योजलेल्या कार्यक्रमाला त्यांचे हार्दिक सहकार्य उपलब्ध होऊ लागेल, अशी आम्हाला आशा आहे." तेव्हा इंग्रजी सरकारला सहकार्य केवळ एका सावित्रीबाईचे. मुख्याध्यापिकेचे नको होते, तर ते एका शिक्षणतज्ज्ञाचे हवे होते, असे म्हणावे लागेल. हा दर्जा, प्रतिष्ठा त्यांनी मिळवली होती.

सावित्रीबाईंचा सत्कार तसेच सरकारच्या अहवालासोबतच विद्यार्थिनीचे उद्गार महत्त्वाचे आहेत. मिसेस जोन्सच्या हस्ते गुणवंतांना बक्षिसे देण्यात येत होती, तेव्हा एक मुलगी व्यासपीठावर येऊन प्रमुख पाहुण्यांना मोठ्या धीटपणाने म्हणाली, मला तुमचे बक्षीस नको, तर मला खूप-खूप पुस्तकं वाचायला हवीत. त्यासाठी शाळेत ग्रंथालय व्हावे, असे काहीतरी करा."

हे उद्गार ऐकून सावित्रीबाईंना अतिशय आनंद झाला. त्यांनी त्या मुलीच्या मागणीची गांभीर्याने दखल घेतली व मुलींसाठी पहिले ग्रंथालय सुरू करण्याचा मान मिळवला.

अशा प्रकारे भारतामध्ये दिल्लीपासून खेड्याच्या गल्लीपर्यंत आज सर्वच क्षेत्रांत स्त्री कार्यरत आहे. असे एकही क्षेत्र नाही की, जिथे स्त्री कार्यरत नाही. या सर्वांचे श्रेय सावित्रीबाईंनाच जाते. ज्ञानाच्या छोट्याशा रोपट्याचा वृक्ष झालेला आहे. बहरलेला आहे. हीच त्यांनी दिलेल्या ज्ञानाची तेजस्विता आहे. त्या शिक्षणतज्ज्ञ होत्या, हे सर्वांनी मान्य करावे आणि बी. एड.च्या अभ्यासक्रमामध्ये जसे इतर शिक्षणतज्ज्ञ आहेत, महात्मा ज्योतिबा फुले हे एक आहेतच, त्याप्रमाणे सावित्रीबाईंचाही समावेश करण्यात यावा असे वाटते. कारण सावित्रीबाई फुले या कर्मयोगिनीसारखे दुसरे शिक्षणतज्ज्ञ आपणास पहावयास मिळत नाहीत. जे बाकी इतर शिक्षणतज्ज्ञ आहेत त्यांच्या बाबतीत त्यांना सावित्रीबाईंसारखी खडतर आणि अज्ञानी परिस्थिती

नव्हती. सावित्रीबाई तर अज्ञानी, अशिक्षित, आर्थिकता बेताची, पतीशिवाय कुणाचीही मदत नसणारी, काटेरी रस्त्यांनी वाटचाल करणारी अशी होती. इतर शिक्षणतज्ज्ञ शिकलेले, सुसंस्कृत, विद्याविभूषित, समाजाच्या विचारांशी परिपक्व, आर्थिक परिस्थिती चांगली व स्वयंभू स्वरूपाचे होते. म्हणजे दोघांमध्ये जमीन-आकाशाचा फरक होता. आणि असं असतानासुद्धा सावित्रीबाईंनी या सर्वांवर मात करून, शून्यातून विश्व उभे करण्याचा यशस्वी प्रयत्न केला. जमिनीवरच्या स्त्रीला आकाशामध्ये पोचविले. तिच्यात स्त्रीत्व, योग्य आदर्श मातृत्व, कर्तृत्व निर्माण केलं आणि म्हणून त्या सच्च्या कर्मयोगिनी आहेत. खऱ्या आदर्श सर्वश्रेष्ठ शिक्षणतज्ज्ञ आहेत.

OO

६.
सावित्रीबाई : एक सामाजिक क्रांतिज्योत

ज्योति-सावित्री कालखंडात सावित्रीने शैक्षणिक क्रांतिज्योत तेवत असतानाच सामाजिक क्रांतिज्योतही प्रज्वलित करण्याचा प्रयत्न केला. अध्यापनकार्यात कार्यरत असतानाच त्यांचे पाय जमिनीवर असल्यामुळे त्यांनी तळागाळातील समाजासाठीही आपले जीवन सत्कारणी लावले. आपल्या प्रतिभेला परिश्रमाची जोड देऊन समाजाचे कल्याण करण्याचा प्रयत्न केला.

सावित्रीबाईंच्या जीवनचरित्रामध्ये सामाजिक कार्याचा आढावा घेणे क्रमप्राप्त ठरते. सावित्रीबाईंच्या सामाजिक कार्यावर स्त्री म्हणून काळाच्या मर्यादा पडल्या आहेत, तसेच सावित्रीबाईंचा स्वभाव प्रसिद्धिपराङ्मुख असल्यामुळे त्यांच्या सामाजिक कार्याची म्हणावी तशी ओळख झालेली नाही. परंतु आजच्या स्थितीत सावित्रीबाईंचे सामाजिक कार्यही अफाट असल्यामुळे ते सर्वश्रुत आहे.

तत्कालीन परिस्थितीमध्ये ब्राह्मणेतर मंडळी शिक्षण घेऊन समाजात वावरत होती. जातीयतेचे चटके सहन करून ही मंडळी जगत होती. ज्योतिबांचे मित्र सखारामपंत परांजपे यांच्या विवाहप्रसंगी ब्राह्मणमंडळींनी जातीवरून ज्योतिबांना अपमानित केले. सर्वांच्या पाठीमागून वरातीत सहभागी होण्याचे सुचविले. या अपमानाने ज्योतिबांमधील समतेच्या लढाईची प्रखरता वाढली. अंतरातील हाकेला प्रतिसाद देऊन फुलेदांपत्य हजारो वर्षांपासून पददलित असलेल्या सर्व घटकांसाठी कार्यरत झाले. पुढे गोविंदरावांनी फुलेदांपत्याला गृहत्याग करावयास भाग पाडले. कच न खाता या प्रसंगाने या दांपत्याचे सामाजिक समतेचे विचार अधिकच दृढ झाले व लगेचच एका कार्याला सुरुवात झाली.

१) इ.स. १८५२ मध्ये महिला मंडळाची स्थापना केली - शिक्षण हा मनुष्याचा तिसरा डोळा समजला जातो. या तिसऱ्या डोळ्याला योग्य मार्गदर्शन केल्यास समाजाची प्रगती होत राहते. ही बाब ज्योतिरावांनी हेरली. अगोदरच इच्छुक

असलेल्या सावित्रीबाईंना त्यांनी शिक्षिकेचे प्रशिक्षण दिले. प्रशिक्षित शिक्षिका सावित्रीबाईंच्या लक्षात आले की, येथील समाजव्यवस्थेच्या भिंती अतिशय मजबूत आहेत. या भिंतींत स्त्री सर्वांत जास्त गुदमरली असून तिला मोकळा श्वास घेता यावा म्हणून आपण काहीतरी केले पाहिजे. चार भिंतींच्या आतील शालेय शिक्षणासमवेत आणखी काही कार्य स्त्रियांसाठी करणे जरुरीचे आहे, हे सावित्रीबाईंच्या लक्षात आले. त्याकरता महिला एकत्र येतील, बोलतील, त्यांच्या मनातील भावना स्पष्ट होतील, जाणिवा समजतील, त्यांना प्रेरणा देऊन समाजासाठी काहीतरी साध्य करता येईल, या उद्देशाने सर्वांत प्रथम त्यांनी इ. स. १८५२ ला 'महिला सेवा मंडळा'ची स्थापना केली.

ज्योतिबांच्या मार्गदर्शनाखाली स्थापन झालेल्या या संस्थेच्या अध्यक्षा मिसेस इ. सी. जोन्स होत्या. स्त्रियांच्या उन्नतीसाठी झटणारी देशातील ही पहिली संस्था होय. अखिल भारतीय पातळीवर महिलांसाठी कार्यरत असणाऱ्या या संस्थेच्या सावित्रीबाई सचिव होत्या. समाजक्रांतीची सुरुवात त्या काळी एका बहुजन स्त्रीने करणे हे फार मोठे धाडस होते. या संदर्भात हरी नरके यांनी म्हटले आहे की, "त्यांनी शिकविण्यासाठी घराच्या उंबरठ्याबाहेर टाकलेले पाऊल हीच आधुनिक भारतीय स्त्रीच्या 'सार्वजनिक जीवनाची' सुरुवात होय!"

अध्यापनक्षेत्रातील त्यांचे पाऊल म्हणजे समाजकार्याचा शुभारंभ होय. हेटाळणीची परिसीमा झाली, तरी त्या डगमगल्या नाहीत. उलट, त्या म्हणत राहिल्या,

"माझ्या लहानथोर बंधूनो, मी आपल्या धाकट्या भगिनींना शिकविण्याचे पवित्र कार्य करीत आहे. मला उत्तेजन देण्यासाठी आपण माझ्यावर हे शेण अगर खडे फेकीत नसून ही फुले उधळीत आहात. तुमचे हे कृत्य मला असे शिकविते की, मी नेहमी अशीच आपल्या भगिनींची सेवा करीत राहावे. ईश्वर तुम्हाला सुखी ठेवो."

या प्रसंगातून त्यांच्या जिद्दी मनाचे दर्शन तर होतेच, परंतु अजाणतेपणी त्यांना जे सांगावयाचे होते, ते सांगितले. एका हातात शिक्षण आणि दुसऱ्या हातात समाजसुधारकाची वृत्ती त्यांच्या अंगी होती आणि म्हणूनच त्यांनी वयाच्या २१ व्या वर्षी मूलगामी सामाजिक सुधारणा घडवून आणण्यासाठी 'महिला सेवा मंडळाची' स्थापना केली.

'महिला सेवा मंडळ' हे केवळ कार्यक्रम साजरे करणारे मंडळ नसून स्त्री-चळवळीला गतिमान करणारे मंडळ होते. या मंडळात विधवापुनर्विवाह घडवून आणण्यासाठी हळदी-कुंकू, रसपान, प्रौढ स्त्रियांचे शिक्षण, दारुड्या नवऱ्याच्या जाचातून पत्नीला सोडविण्याचा प्रयत्न मंडळ करीत असे. दर पंधरवड्याला या

मंडळाची बैठक होत असे. मिसेस जोन्स या मंडळाच्या अध्यक्षा असल्या, तरी या मातीतील मूलगामी गूढ प्रश्नांची जाण आणि भान त्यांना कसे असणार? म्हणून या सर्व कार्याची सिद्धता सावित्रीबाईंच्या खांद्यावर होती. सावित्रीबाईंनी स्त्री म्हणून अनेक प्रकारचे दुःख भोगलेले होते. फार काही सहन केले होते. हे सर्व त्यांनी पचविले होते म्हणून बहुधा त्यांच्याच कलाने या मंडळाचा सर्व कारभार चालत होता.

सावित्रीबाईंनी या वेळीच समाजातील जातिव्यवस्थेचाही अनुभव घेतला होता. जातिव्यवस्थेमध्ये अतिशय विषमता होती. या विषमतेतील अंतर कमी करण्याचा प्रयत्न या मंडळाने केला.

२) १८५२ मधील विषमता कमी करणारा हळदीकुंकू कार्यक्रम - १४ जानेवारी १८५२ ला मंडळाच्या वतीने हळदीकुंकवाचा कार्यक्रम मोठ्या प्रमाणावर घेण्यात आला. या कार्यक्रमाची पत्रिका छापण्यात आली होती. 'गावगाड्या'च्या अंकात ही पत्रिका पुनर्मुद्रित करण्यात आली होती की साधारणत: सर्व महिलांना माहीत व्हावे. ती पत्रिका अशी होती–

'हळदी-कुंकू समारंभ सायंकाळी ५ वाजता आहे. कोणत्याही जातीच्या अथवा धर्माच्या बायका आल्या तरी त्या एकाच जाजमावर बसतील. जातिभेद व पक्षपात न करता सर्वांना सारखेच मानून हळदीकुंकू लावण्यात येईल आणि तीळगूळ वाटण्यात येईल...

-सौ. सावित्रीबाई भ्रतार ज्योतिराव फुले, सेक्रेटरीण, महिला सेवा मंडळ'.

वरवर दिसणारे हे हळदीकुंकवाचे आमंत्रण म्हणजे देशात होऊ घातलेल्या समाजक्रांतीची सुरुवात होती. भजनातील, भोजनातील, पाणवठ्यावरील एकमेकांच्या सहवासातील दुराव्यांच्या वर्तणुकीला सुरुंग लावणारी ही प्रक्रिया ठरली. एकविसाव्या शतकामध्ये कुणाला या सामाजिक विषयपत्रिकेमध्ये प्रतिगामित्वाची छबी दिसेल. या ठिकाणी एक गोष्ट लक्षात ठेवली पाहिजे की, समाजात सर्वत्र विषमतेचा बोलबाला असताना हा कार्यक्रम आयोजित करण्यात आला होता. तेव्हा त्या ठिकाणी धार्मिक दृष्टिकोन महत्त्वाचा नसून सामाजिक दृष्टिकोन महत्त्वाचा होता.

या प्रसंगी धार्मिक व्यासपीठ वापरून सामाजिक परिवर्तनाच्या दिशेने टाकलेले हे पहिले पाऊल होते. नागरी संस्कृतीचे भान ठेवून तत्कालीन पुण्यासारख्या प्रतिगाम्यांच्या छावणीत सिंहाची आयाळ धरण्याचा सावित्रीबाईंचा हा प्रयत्न धाडसाचा होता. काळाचा विचार करता सावित्रीबाईचे हे धाडस महत्त्वाचे होते. निदान या कार्यक्रमातून बैठकीमध्ये समता प्रस्थापित करण्याचा प्रयत्न झाला.

या संदर्भात आणखी एक हळदीकुंकवाचा कार्यक्रम महत्त्वाचा आहे. २५

एप्रिल १८७३ रोजी सरस्वतीबाई गोवंडे आणि सरस्वतीबाई जोशी यांच्या 'स्त्री विचारवती' नावाच्या संस्थेच्या वतीने हळदीकुंकवाचा समारंभ घेण्यात आला होता. समारंभाच्या स्थानापासून एका कोपऱ्यात उपस्थित असलेल्या अस्पृश्य स्त्रियांना हळदीकुंकू लावण्यात आले. या समारंभास सावित्रीबाई फुले उपस्थित होत्या किंवा नाही, हे कळत नाही.

३) इ.स. १८५३ मध्ये बालहत्याप्रतिबंधक गृहाची स्थापना - सावित्रीबाईंच्या समता-ममतामयी कर्तृत्वाचा खरा आलेख त्यांच्या 'बालहत्या प्रतिबंधक गृहा'च्या कार्यातून दिसून येतो. सदाशिवराव गोवंडे यांच्याकडे काशीबाई नावाची एक बालविधवा स्वयंपाकीण स्वयंपाकास होती. या बालविधवेस कुण्या एका शास्त्रीबुवांनी गोड बोलून फसविले. काशीबाईंना मूल झाले, परंतु लोकलज्जेपायी तिने भ्रूणहत्या केली. भ्रूणहत्येनंतर हे बाळ तिने गोवंड्याच्या परसातील विहिरीत फेकून दिले. नंतर हे शव फुगून वर आले. या प्रकरणी कोर्टकचेऱ्या होऊन काशीबाईला काळ्यापाण्याची (अंदमानला) शिक्षा झाली. एका विधवा स्त्रीला एवढी गंभीर शिक्षा झालेली पाहून फुलेदांपत्याचे मन हेलावले आणि याच प्रसंगी हे बालहत्या प्रतिबंधक गृह स्थापन करण्याचे निश्चित झाले व २८ जानेवारी १८५३ रोजी बालहत्या प्रतिबंधक गृहाची स्थापना झाली.

ब्राह्मण विधवांसाठी सुरू केलेल्या या गृहाच्या जाहिराती पुणे, पंढरपूर, काशी आदी धार्मिक स्थळी पाठविण्याचे काम ज्योतिबांच्या मार्गदर्शनाखाली झाले. या गृहाची संपूर्ण भिस्त सावित्रीबाईंवर होती. गोपाळ हरी भांडारकर, नवरंगे, परमानंद, तुकाराम तात्या पडवळ या सद्गृहस्थांनी या गृहासाठी मदत केली. या गृहात प्रशिक्षण घेतलेल्या चार सुईणी कार्यरत असत. हे गृह सरकारी मदतीविना चालत होते.

या बालहत्या प्रतिबंधक गृहास अनेक सुधारणावादी लोकांनी भेटी दिल्या आणि या कार्याबद्दल प्रशंसा केली. ही संस्था काढून ज्योतिबा व सावित्रीबाई यांनी ब्राह्मण विधवांना समाजाच्या छळापासून वाचविले. फेब्रुवारी १८७१ च्या ज्ञानप्रकाशामध्ये एक मजकूर प्रकाशित झाला होता, 'एका परोपकारी सद्गृहस्थाने गरोदर स्त्रिया आणि मुले यांना आश्रय देण्यासाठी एक स्वतंत्र घर बांधले आहे.' हा मजकूर म्हणजे चांगले कार्य करण्याची पावती होय.

हळूहळू या उपक्रमाचे कौतुक होऊ लागले. सावित्रीबाईंना या मुलांना केवळ वाढवायचेच नव्हते, तर त्यांच्यावर खऱ्या माणुसकीचे संस्कार करायचे होते. त्यांना समतेचे सैनिक बनवायचे होते.

सावित्रीबाईंनी 'बावनकशी सुबोध रत्नाकर' या आपल्या काव्यसंग्रहात ४२व्या

कडव्यात या गृहाची तोंडओळख पुढील शब्दांमध्ये करून दिली आहे. त्या म्हणतात,

पथा चुकल्या कामिनी पोटुशींना

प्रसूतिगृही सोय मोलाची नाना

सुईणी, दवापाणी, खाणे-पिणेही

व्यवस्था अशी सर्व सावित्री पाही

४) इ. स. १८६८ मध्ये अस्पृश्यतेविरुद्ध बंड व अस्पृश्यांसाठी हौद केला खुला - पुणे म्हणजे पेशव्यांचे राजधानीचे ठिकाण, सनातन्यांचा बालेकिल्ला मानला जाई. पेशव्यांनी आपल्या कारकिर्दीत प्रजेच्या सुख-सुविधेसाठी विशेष लक्ष दिले नव्हते. तरी पिण्याच्या पाण्यासाठी जागोजागी मोठमोठे हौद बांधले होते. विहिरी खोदल्या होत्या. ही व्यवस्था होती फक्त उच्चवर्णीयांसाठी. चैत्र-वैशाखाच्या रणरणत्या वणव्यातही अस्पृश्यांना पाण्यासाठी वणवण भटकावे लागे. इ. सन. १८१८ मध्ये पेशवाईच्या अंताबरोबर राजकीय परिवर्तन घडून आले. राजकीय परिवर्तन व सामाजिक परिवर्तन कधीच समांतर दिशेने होत नाहीत, हा जणू अलिखित नियमच आहे.

पाणी म्हणजे जीवन. हे पाणी मिळविण्यासाठी शूद्रांना याचना करावी लागे. 'पाणी वाढा हो' म्हणून हाताची ओंजळ करून तरसावे लागे. जेव्हा सवर्णीय लोकांना दया येई, तेव्हा त्यांना पाणी मिळे. हे पाहून सावित्रीबाईंचे मन आक्रंदत राही. पाणी तर प्रवाही, गतिशील. सर्व मानवजातीला निसर्गाने मुक्त हस्ताने दिलेली ही साधनसंपत्ती आहे. इथेसुद्धा, उच्चनीच भाव असावा? हे सर्व इथे संपले पाहिजे. केवढा भयंकर हा अन्याय! या रूढीचे उल्लंघन आपणच केले पाहिजे. हा विचार करूनच इ. सन. १८६८ मध्ये अस्पृश्यतेविरुद्ध बंड पुकारले आणि लगेचच या फुलेदांपत्याने इ. सन. १८६८मध्ये आपल्या घरातील पाण्याचा हौद अस्पृशांसाठी खुला केला. तहानलेल्यांना पाणी मिळाले. विरोधकांना चर्चेला खाद्य मिळाले. लोक म्हणू लागले, फुलेदांपत्याने धर्मांतर केलंय. ते ख्रिस्ती झालेत. त्या काळी ख्रिश्चन आणि पाद्री मंडळीच अस्पृश्यांचा विटाळ मानीत नसत. सर्व जातिबांधवांनी त्यांना बहिष्कृत करण्याची धमकी दिली. अशा धमकीची भीती असते सामान्यांना. फुलेदांपत्य त्या धमकीला जुमानीत नव्हते आणि म्हणूनच ते तत्कालीन समाजातील अस्पृश्यता नष्ट करण्याच्या कार्यात यशस्वी झाले. जे विचार त्यांनी लोकांना सांगितले, ते स्वतः आचरणात आणले. सुधारणा त्यांनी आपल्या घरापासूनच सुरू केल्या आणि त्यांना त्यात समाधान होते. त्या 'ज्योतिबाचा बोध' या काव्यात म्हणतात -

महार मांगाची करते मी सेवा ।

आवडी देवा स्मरुनिया ।
सत्यधर्म देई समाधान ।
ठेवी शांत मन आपले रे ।

५) फेब्रुवारी १८७१ मध्ये यशवंतचे दत्तकविधान - 'तुम्ही मला आदर्श माता द्या, मी तुम्हाला आदर्श राष्ट्र देतो', हे नेपोलियनचे वचन सावित्रीबाईंच्या संदर्भात तंतोतंत खरे आहे. त्यांच्या कार्याचा सामाजिक दृष्ट्या आलेख मोठाच आहे. अशा या युगस्त्रीने पुण्यातील सनातन्यांच्या गुहेत हा दिवा प्रज्वलित केला. अनाथ ब्राह्मण विधवांच्या जगण्याला नवा अर्थ प्राप्त करून दिला. अशा या गृहाची संपूर्ण देखभाल सावित्रीबाईंकडेच होती.

फेब्रुवारी १८७१ मध्ये आणखी एक काशीबाई नावाची ब्राह्मण विधवा बालहत्याप्रतिबंधक गृहात आली. तिला मुलगा झाला. या मुलाला फेब्रुवारी १८७१ मध्ये ज्योतिबा-सावित्रीने दत्तक घेतले. देवकीचा कान्हा यशोदेघरी वाढला व तोच पुढे विख्यात डॉक्टर यशवंत जोतीराव फुले झाला. यशवंत काशीबाई व सावित्रीबाई या दोन आईंच्या सहवासात वाढला.

यशवंताला दत्तक घेऊन जोतिबा आणि सावित्रीबाईंनी समाजासमोर एक आदर्श ठेवला. माणसातील जात, वर्ण, पंथ हे सारे भेद खोटे आहेत. मानवाची निष्ठा प्रथमत: राष्ट्राप्रति असावी. तो एकच खरा मानवता धर्म होय. खरी नीती संकटात सापडलेल्यांना मदत करणे हा होय आणि या गृहाचा नकळत झालेला फायदा म्हणजे जी मुले ख्रिश्चन मिशनऱ्यांकडे जात होती, ती जाणे बंद झाले.

६) इ. सन. १८७७ च्या भीषण दुष्काळातील कार्य - ऐतिहासिक काळापासून महाराष्ट्राला दुष्काळांचा मोठा शापच आहे. मधून मधून दुष्काळ डोके वर काढतच असतो. इ. सन. १८७७ मध्ये फार मोठा दुष्काळ पडला. त्या वेळी ज्योतिबा महाराष्ट्रात नव्हते आणि दुष्काळाची भयानकता पाहून सावित्रीबाई खिन्न झाल्या होत्या. तेव्हा त्यांनी २० एप्रिल १८७० रोजी ज्योतिबांना या दुष्काळाची माहिती देत असताना लिहिले की, 'गेले १८७६ साल लोटल्यानंतर दुष्काळाची तीव्रता अधिक वाढून सर्वजण व जनावरे चिंताक्रांत होऊन गतप्राण होत आहेत. माणसांना अन्न नाही, जनावरांना चारापाणी नाही. यासाठी कित्येक लोक आपले गाव सोडून जात आहेत. नद्या, नाले, ओढे, शुष्क व कोरडे ठणठणीत होऊन मृगजळांनी व्याप्त झाले आहेत. झाडाझुडपांची पाने वाळून ती भूमीवर पडली आहेत. भूमीला भेगा पडल्या असून त्यातून अंगाला झोंबणाऱ्या गरम लाटा बाहेर पडतात. अनेक लोक तृष्णाक्लांत आहेत. कशीतरी भुकेची व तहानेची इच्छा पुरवितात अन् मृत्यूच्या

स्पर्धा होतात, असे इकडचे भयानक वर्तमान आहे.'

एवढं सगळं सांगून सावित्रीबाई थांबल्या नाहीत तर त्या दुष्काळात होरपळलेल्या अनाथ, आंधळ्या, पांगळ्या मुलांच्या आई झाल्या. निराधार हजार मुलांच्या माता झाल्या. सन १८७९ सालापर्यंत चाललेल्या या कॅम्पची पूर्ण जबाबदारी त्यांच्याच खांद्यावर होती.

दुष्काळ निर्मूलन कार्यासाठी सावित्रीबाई राबराब राबल्या. या वेळी पुण्यातले विचारवंत आणि महिला संघटनांच्या कार्यकर्त्या या दुष्काळाच्या संदर्भात नुसती चर्चा करीत होत्या.

७) केशवपन व न्हाव्याचा संप - १९ व्या शतकात भयानक परिस्थिती होती. स्त्रीचा नवरा मेला की, तिला दोन घाणेरड्या प्रथांना सामोरे जावे लागत असे. एक म्हणजे सती जाणे व दुसरे म्हणजे केशवपन होय.

स्त्रीचा नवरा मेला की तिच्या बांगड्या फोडल्या जात. कुंकू पुसले जाई. तिचे सौभाग्य अलंकार काढून टाकले जात. इथपर्यंत ठीक होतं; पण नवरा मेला की त्या विधवा स्त्रीला आधी न्हाव्यासमोर बसवलं जात होतं. तिचे संपूर्ण केस वस्तऱ्याने काढले जात होते. मगच त्या नवऱ्याच्या प्रेताची अंत्ययात्रा निघत असे. एका क्षणात ती स्त्री विद्रूप केली जात होती. हिंदू धर्मातील ही वाईट प्रथा पुढे चालूच होती. कुठल्याही मंगल कार्याच्या प्रसंगी घरात केस असलेली विधवा चालत नव्हती. तिने मुंडन करणे भाग होते. तिची इच्छा असो वा नसो. तिच्या इच्छेचा प्रश्नच उद्‌भवत नव्हता. धार्मिक विधी अडून रहायचे. मात्र अकालीच विधवा झालेल्या तरुण स्त्रियांच्या मनाचा विचार करायला कोणीच तयार नव्हते. परंतु हे कुठेतरी थांबले पाहिजे. विधवा भगिनींचे केस कापून त्यांना विद्रूप करणे बंद झाले पाहिजे असे सावित्रीबाई व ज्योतिबा फुले यांना वाटू लागले. त्यामुळे त्यांनी एक आगळेवेगळे धाडसी पाऊल टाकले. लोकविलक्षण असे बंड पुकारले.

त्यांनी समाजातील सर्व अशिक्षित न्हाव्यांना बोलाविले. त्यांना ज्योतिबांनी आपले विचार सांगितले. सावित्रीबाई नामदेव न्हाव्याला म्हणाल्या, "सांगा बरं दादा, विधवाबाईचे केस कापण्याच्या मोबदल्यात तुम्हाला काय मिळतं?"

"एक ढब्बू", नामदेव न्हावी म्हणाला,

त्या काळात पैशाला 'ढब्बू' म्हणत.

सावित्रीबाई सर्व न्हाव्यांना उद्देशून म्हणाल्या, "एका ढब्बूसाठी तुम्ही किती वाईट काम करता याची तुम्हाला जाणीव आहे काय? आधीच बिचारीला नवरा मेल्याचं दुःख भरपूर असतं. त्यात तिच्या डोक्यावर वस्तरा चालवून तुम्ही तिचा

चेहरा विद्रूप करून टाकता. बिचारीला किती वाईट वाटत असेल याचा विचार केलाय का तुम्ही कधी? त्या विधवेच्या ठिकाणी तुमची भगिनी ठेवून बघा. या साऱ्या तुमच्याच भगिनी आहेत. भावांनो, माझी तुम्हाला हात जोडून विनंती आहे, हे काम तुम्ही बंद करा.''

सावित्रीबाईंचे हे विचार सर्व न्हाव्यांना पटले. त्या काळात 'दीनबंधू' नावाचे वृत्तपत्र होते. त्याच्या संपादकाचे नाव होते नारायण मेघाजी लोखंडे. ते कामगारांचे नेते होते. त्यांनी नाभिकांना संघटित करून हा कल्पक उपक्रम राबविला. सर्व नाभिकांनी जणू प्रतिज्ञाच केली-

'भगिनींच्या डोक्यावर वस्तरा चालवून त्यांना आम्ही यापुढे कधीच विद्रूप करणार नाही.'

न्हाव्यांचा हा ऐतिहासिक संप सावित्रीबाई फुल्यांच्या प्रेरणेनेच घडला होता. त्या काळात 'दि टाइम्स' नावाचे वृत्तपत्र चालत होते. नाभिकांनी केलेल्या लोकविलक्षण संपाचा वृत्तांत या वृत्तपत्राने ९ एप्रिल १८९० रोजी छापला. हे वाचून इंग्लंडमधील स्त्रियांनी पत्रे पाठवून सावित्रीबाईंचे अभिनंदन केले. या संपामुळे सनातनी लोकांना मात्र धक्का बसला, पण न्हाव्यांच्या एकजुटीपुढे त्यांचे काहीच चालले नाही. सावित्रीबाई व ज्योतिबांच्या त्या क्रांतिकार्याला नाभिकांनी साथ दिली म्हणूनच ते यशस्वी होऊ शकले.

८) वसतिगृह सुरू केले - गरिबांची मुले शिक्षण घेण्यासाठी तयार होती, पण पुण्यासारख्या शहरात त्यांच्या राहण्याची व्यवस्था नव्हती. खाण्यापिण्याची सोय नव्हती. दूरवरून ये-जा करून शिक्षण घेणं गोरगरिबांना परवडणारं नव्हतं. गोरगरिबांनाचं सुख-दुःख जाणून घेणाऱ्या सावित्रीबाईंनी ही अडचण ओळखली. पती-पत्नीने विचार केला. काहीतरी करायला हवं. दोघांनी आपल्या घरातच अशा मुलांसाठी वसतिगृह उघडले. अडचणीत सापडलेल्या विद्यार्थ्यांची सोय झाली. उदरनिर्वाह चालावा यासाठी ज्योतिबा ख्रिश्चन मिशनच्या शाळेत अर्धवेळ नोकरी करू लागले. सावित्रीबाई तर बिनपगारीच काम करत होत्या. निष्ठेने त्यांनी शिक्षणकार्यास वाहून घेतले. आपलंच पोट जिथं नीट भरत नाही, त्या ठिकाणी दुसऱ्याचा विचार करणे ही साधी गोष्ट नाही. त्यासाठी आभाळाएवढं मोठं मन असायला हवं. पहिल्यांदा दोनच मुले त्यांच्या घरच्या वसतिगृहात राहू लागली. त्यांचा दत्तकपुत्र यशवंतसोबत ती चटणी-भाकरी आनंदाने खाऊ लागली.

लक्ष्मण कराडी जाया नावाचा असाच एक मुलगा मुंबईचा राहणारा. तो सावित्रीबाईंच्या वसतिगृहात राहिला होता. त्याने सावित्रीबाईंची मायेची सावली अनुभवली

होती. सावित्रीबाईंची आठवण लिहून ठेवताना तो म्हणतो, 'सावित्रीबाई माझ्या आईसारख्याच माया करायच्या. त्यांच्यासारखी दयाळू व प्रेमळ अंतःकरणाची स्त्री मी अजूनसुद्धा कुठे पाहिलेली नाही. स्वतःच्या आईपेक्षाही जास्त प्रेम करणारी ही माउली होती.'

या मुलाच्या शब्दांतून आपल्याला सावित्रीबाईंची उदंड मायाने मुलांवर केलेले प्रेम दिसून येते.

दुसरा मुलगा म्हणतो, 'सावित्रीबाईंची राहणी अत्यंत साधी होती. ज्योतिबा व सावित्रीबाई एकमेकांशी अत्यंत आदराने व प्रेमाने वागायचे. स्त्री-जातीची उन्नती व्हावी, अशी तळमळ त्यांना असायची. त्या नेहमी हसतमुख राहायच्या कधीच चेहऱ्यावर राग दिसला नाही.'

अशा स्वभावाच्या गोरगरीब मुलांच्या त्या माउली होत्या. त्यांच्यासाठी शीतल सावली होत्या.

९) इ. स. १८७३ मध्ये सत्यशोधक समाजाची स्थापना - स्त्री-दलित आणि बहुजनावरील ब्राह्मणी धर्माचे लादलेले ओझे हलके करण्यासाठी महात्मा फुल्यांनी २४ सप्टेंबर १८७३ रोजी सत्यशोधक समाजाची स्थापना केली.

ज्योतिबा फुल्यांना त्या वेळी समाजात सर्वसामान्यांची होणारी पिळवणूक अस्वस्थ करत होती. धर्माच्या श्रेष्ठ-कनिष्ठतेच्या नावाखाली त्यांना मित्राच्या लग्नात अपमानित व्हावे लागले होते. तहानेने व्याकूळ झालेल्यांना पाणी पाजणे हाच खरा धर्म, भुकेल्यांना भाकरी देणे हा खरा धर्म; पण सनातनी मंडळी धर्माची ही व्याख्याच विसरली होती. याउलट, ती स्वार्थांध झाली होती. स्वतःपुरतेच पाहत होती. दुसरीकडे गरीब, कनिष्ठ समजल्या जाणाऱ्या जनतेत मात्र प्रचंड अज्ञान होते. अन्याय व गुलामगिरीचे जोखड आपल्या मानेवर घेऊन शूद्र समाज जगत होता. या लोकांना गुलामगिरीची जाणीव करून देणे गरजेचे होते. त्यांचा आत्मसन्मान जागा करणे आवश्यक होते. त्यासाठी एखादी चळवळ राबवावी, असा विचार ज्योतिबांच्या मनात आला.

चळवळ यशस्वी व्हायची असेल, तर संघटना उभी करावी लागते. एकाच विचाराची माणसं तयार करावी लागतात. म्हणूनच २४ सप्टेंबर १८७३ रोजी ज्योतिबांनी आपल्या सर्व चाहत्यांना पुण्यात बोलावून घेतले. आपल्या भाषणातून संस्थानिर्मितीचा उद्देश सांगितला. तीच ती 'सत्यशोधक समाज' संस्था होय. महाराष्ट्रातील ती पहिली समाजसुधारणेची चळवळ ठरली.

प्रारंभी ६० सदस्यांच्या उपस्थितीत या समाजाची स्थापना झाली. ओतूर -

परिसरात तर ही निखळ जनचळवळ झाली. सन १८७७ च्या दुष्काळात या सत्यशोधक समाजाने मोलाचे कार्य केले. ज्योतिबा हयात असेपर्यंत आणि त्यांच्या मृत्यूनंतरही ही चळवळ गतिमान राहिली. ज्योतिबांच्या निष्ठावान सहकाऱ्यांनी सन १९६० पर्यंत या चळवळीचा जवळपास संपूर्ण महाराष्ट्रभर प्रचार आणि प्रसार धूमधडाक्यात केला.

सत्यशोधक समाज स्थापन झाल्यानंतर अवघ्या तीन महिन्यानंतर समाजाच्या वतीने पहिला क्रांतिकारी विवाह पार पाडला. त्या संदर्भातील सावित्रीबाईंची भूमिका वाखाणण्याजोगी आहे. या विवाहप्रसंगी त्यांनी अपार खस्ता खाल्ल्या. त्यांच्या मितभाषी स्वभावामुळे या खस्तांचे दुःख फारसे कुणाला कळले नाही. कळण्याचे कारणही नाही. कारण आपण जे करतो ते आपले परमकर्तव्य आहे, कुणावर उपकार म्हणून नाही, अशी त्यांची रास्त भूमिका होती. त्यामुळे बहुतांश खस्ता काळाच्या गुलदस्त्यामध्येच पडून राहिल्या.

त्याचे असे झाले की, सीताराम जबाजी आल्हाट आणि राधाबाई ग्यानोबा निंबणकर यांचा २८ डिसेंबर १८७३ रोजी सत्यशोधक पद्धतीने विवाह पार पाडला. ब्राह्मण पुरोहिताविना लागणारा हा पहिला विवाह असल्याने प्रारंभी एकच गोंधळ उडाला. वधूच्या आईला मानसिक त्रासही देण्यात आला. वधूची आई बजूबाई निंबणकर ही सावित्रीबाईंची मैत्रीण, शेजारीण. सनातन्यांनी या विवाहाला कसून विरोध केला.

हा विरोध थोपविण्यासाठी ज्योतिबांनी बाहेरील आघाडी सांभाळली; तर सावित्रीबाईंनी आतील आघाडी सांभाळली. दोन्ही पक्षांची ही धार्मिक लढाई तर होतीच; परंतु त्याहीपेक्षा मानसिक दृष्ट्या ही लढाई मोठी होती. या मानसिक लढाईची बहुतांश धुरा सावित्रीबाईंच्या खांद्यावर होती. या विवाहाचा बहुतांश खर्च त्यांनीच केला. मैत्रिणीच्या आणि शेजारणीच्या मुलीच्या लग्नासाठी केवळ खर्चच करून त्या थांबल्या नाहीत; तर त्यांनी बजूबाई निंबणकरांना वैचारिक आणि मानसिक धीर देण्याचे कामही केले. अशा प्रसंगी सावित्रीबाई त्यांच्या पाठीशी खंबीरपणे उभ्या राहिल्या.

सत्यशोधक समाजाच्या वतीने दिनांक ७ मे १८७४ रोजी पार पडलेल्या ग्यानोबा ससाणे आणि काशीबाई शिंदे यांच्या विवाहप्रसंगी सनातन्यांनी आणि काही आप्तेष्ट मंडळींनी अनेक विघ्ने आणली. या दुसऱ्या विवाहाला प्रारंभापासून कडाडून विरोध झाला. मारुती सरव्याजी फुले व तुकाराम खंडोजी फुले यांनी मुद्दामहून दोन वर्षे वयाच्या मुलीचे लग्न या प्रसंगी काढले. या लग्नाला अंतर्बाह्य इतका विरोध झाला

की, हे लग्न लागते की नाही, असेही चित्र निर्माण झाले होते. शेवटी हडपसर हे कार्यस्थळ बदलून महात्मा फुल्यांच्या घरी हे लग्न लावावे लागले. राजन्ना, लिंगू आणि गंगाराम भमू म्हस्के यांच्याकरवी पोलीसपार्टी बोलवावी लागली. बंबाजी राणोजी फुले यांनी २५० आप्त व्यक्तींची मदत उभी केली. हा विवाह २५ डिसेंबर १८७३ रोजी झाला.

सत्यशोधक समाजाच्या कार्यासाठी सावित्रीबाई आपल्या परीने कार्यरत राहिल्या. ज्योतिबांच्या मृत्यूनंतरदेखील सावित्रीबाईंनी सत्यशोधक चळवळीचे नेतृत्व केले. १८९३ साली सासवड येथील सत्यशोधक परिषदेचे अध्यक्षस्थानही बाईंनी भूषविले होते. या कामात बाईंना मारोतीराव नवले, कोंडाजी धर्माजी डुंबरे, पांढरे, रावजी बोरावके, गोधुजी बोरावके, बर्हिजी बोरावके अशा प्रतिष्ठित श्रीमंत लोकांनी मदत केली.

ज्योतिबांच्या मृत्यूनंतर ओतूर व सासवड येथे सत्यशोधक समाजाची अधिवेशने भरली. त्यामुळे ग्रामीण कष्टकरी जनतेत सत्यशोधक विचारांची लाटच निर्माण झाली. त्यांनी जमिनीत सुधारणा घडवून आणल्या. शेती पाण्याखाली आली. भरपूर पिके निघू लागली. परिणामी शेतकऱ्यांची आर्थिक स्थिती सुधारली. सावित्रीबाई पोटतिडकीने विचार मांडत होत्या.

१०) २ मार्च १८८८ रोजी हरिरावजी चिपळूणकर यांनी घेतलेला कार्यक्रम - हा कार्यक्रम, हरिरावजी चिपळूणकर यांनी 'ड्यूक आणि डचेस ऑफ कॅनाट' या राजपुत्राच्या स्मरणार्थ घेतलेला होता. हा कार्यक्रम ज्योतिबांच्या भाषणामुळे सावित्रीबाईंना आनंद देऊन गेला म्हणून त्या दृष्टीने त्याचे महत्त्व. हे सावित्रीबाईंचे समाजाचे या कार्यक्रमामुळे ज्योतिबांबद्दलचा आदर अधिकच वाढला व त्यातून त्यांना पुन्हा प्रेरणा मिळाली म्हणून त्याचे महत्त्व.

हा कार्यक्रम तसा फार मोठा होता. त्यासाठी प्रवेशपत्रिका होत्या. हरिरावजींनी ज्योतिबांनाही निमंत्रण दिले होते. या समारंभाला जाताना ज्योतिबांनी डोक्यास पागोटे, कंबरेला पंचा, अंगात साधा बंदाचा अंगरखा, डाव्या खांद्यावर घोंगडी, उजव्या हातात काठी व पायात फाटक्या वाहणा असा दारिद्र्यात पिचून गेलेल्या शेतकऱ्याचा पेहराव केलेला होता. शेतकऱ्यांना त्यांचे हक्क मिळाले पाहिजेत, न्याय मिळाला पाहिजे यासाठी ते प्रयत्न करीत होते. म्हणून शेतकऱ्यांचे प्रतिनिधित्व करणारा हा पोषाख त्यांनी केला होता. अनेकांची भाषणे झाली आणि हरिरावजींनी ज्योतिबांना भाषण करण्यासाठी निमंत्रित केले अन् ज्योतिबा बोलायला लागले. अगदी अस्खलितपणे. ते म्हणाले, "या समारंभास आलेल्या व्यक्तींच्या मौल्यवान कपडे नि चमकणाऱ्या

हिऱ्यांकडे पाहून हिंदुस्थान देश मोठा सुखी-समाधानी देश आहे, असा तुम्हाला भास होईल, परंतु वस्तुस्थिती निराळी आहे. खरा हिंदुस्तान तुम्हाला खेड्यात दिसेल. खेड्यातील लोक भुके, कंगाल, निर्धन, बेघर असतात. अनवाणी चालतात. बहुसंख्य ग्रामीण जनतेस आपली लाज लपवायलासुद्धा कपडा मिळत नाही. त्याचा पेहराव वक्त्याने जसा केलेला आहे तसाच पण विटलेला असतो.''

त्यांनी राजपुत्रांना आपल्या भाषणातून आवाहन केले. देशस्थितीची खरी माहिती मिळवायची असेल तर त्यांनी खेड्यात जावे. दलित वस्त्यांना भेट द्यावी. ज्योतिरावांच्या या स्पष्ट व हेतुपूर्ण भाषणाने राजपुत्र भारावले, सर्व समुदाय भारावला आणि सावित्रीबाई, यशवंतही अगदी सुखावून आनंदून गेले व अभिमानाने त्यांचा ऊर भरून आला.

११) ज्योतिबांचा ६० वा वाढदिवस - सत्यशोधक समाजाच्या कार्यकर्त्यांमध्ये निर्माण झालेले मतभेद, उदासीनता घालविण्याच्या दृष्टीने सावित्रीबाईंनी ज्योतिबांचा ६० वा वाढदिवस केवळ घरगुती न ठेवता मोठ्या स्वरूपात साजरा केला होता, परंतु या कार्यक्रमातून सर्व कार्यकर्ते लवकर घरी परतले. त्यामुळे सावित्रीबाईंचा उद्देश सफल झाला नाही. फक्त या युगपुरुषाबद्दल त्या कृतज्ञता व्यक्त करू शकल्या व त्यातूनच त्यांनी आनंद मिळवला.

१२) ज्योतिबांना दिली महात्मा पदवी - ११ मे १८८८ हा दिवससुद्धा सावित्रीबाईंच्या जीवनात परम आनंद देऊन गेला. मांडवीतील कोळीवाडा सभागृहात सर्व जनता आपल्या चाहत्याचे ऋण फेडण्यासाठी एकत्र जमली होती. सामाजिक कार्यकर्त्यांनी सभागृह अगदी छान सजविले होते. लोखंडे, लाड, भालेकर अशा काही वक्त्यांची भाषणे झाली. ज्योतिबांनी सामान्य जनतेचा उद्धार कशा प्रकारे केला हे आपल्या वक्तव्यातून स्पष्ट केले. बडोद्याचे सयाजीराव यांनी आपल्या भाषणात म्हटले की, ''ज्योतिबा हे हिंदुस्थानातील बुकर टी वॉशिंग्टन आहेत.'' कृष्णराव बडेकर म्हणाले, ''ज्योतिबा उर्फ तात्यासाहेब यांच्या तपश्चर्येमुळे अखिल महाराष्ट्रातील स्त्री-पुरुषांना मानवी हक्काचा, जागृतीचा, चैतन्याचा, कायमचा ठेवा मिळाला. हाच आमचा महात्मा आहे.'' असे त्यांनी म्हणताच लगेच महात्मा ज्योतिराव फुले यांचा विजय असो, असा जनसमुदायातून आवाज उठला, त्रिवार घोषणा केल्या, ज्योतिबा फुलेंचा सत्कार करण्यात आला.

ज्योतिबा फुले म्हणाले, ''मी माझे कर्तव्य केले एवढेच. यातही सर्वांचे सहकार्य मला लाभले. म्हणून हा सत्कार माझ्या एकट्याचा नसून सर्वांचाच आहे.''

१३) ४ फेब्रुवारी १८८९ रोजी यशवंताचा विवाह - सावित्रीबाईंना

यशवंत १६ वर्षांचा होताच त्याच्या लग्नाची काळजी पडली होती आणि मुलगी कोण याचा विचार सुरू झाला. परंतु उत्तरही त्यांनीच शोधले. ग्यानबा ससाणेची मुलगी राधा हिला फुलेकुटुंबातील सर्वचजण ओळखत होते. सर्वांनाच ती आवडत होती. म्हणून त्यांनी ग्यानबाजवळ राधा आणि यशवंतबद्दलची गोष्ट काढली अन् क्षणातच ग्यानबांनी तिला मंजुरी दिली. या सर्व बाबींना ज्योतिबांची पूर्ण संमती होती. त्यामुळे ग्यानबांचा होकार ऐकून ज्योतिबा व सावित्रीबाईंना अतिशय आनंद झाला आणि दोघांचा विवाह करून देण्याचे ठरवले. पण नियतीला काही वेगळेच मान्य होते. ४ जुलै १८८८ ला ज्योतिबांना अर्धांगवायूचा झटका आला. शरीराचा उजवा भाग अर्धांगवायूने निकामी झाला. ज्योतिबांच्या सांगण्यावरून राधाला सावित्रीबाईने घरी आणले. राधा त्या वेळी मराठी तिसरीमध्ये शिकत होती आणि फुलेदांपत्य तिच्या अभ्यासाकडे जातीने लक्ष देत होते. डिसेंबर १८८८ मध्ये पुन्हा अर्धांगवायूचा दुसरा झटका आला. ज्योतिबांची प्रकृती एकदम चिंताजनक बनली. सावित्रीबाई फार काळजीत पडल्या. परंतु काही दिवसांनी मात्र ज्योतिबांच्या प्रकृतीमध्ये सुधारणा व्हायला लागली. म्हणून ४ फेब्रुवारी १८८९ ही लग्नाची तारीख काढली.

यशवंतच्या लग्नाचा दिवस उगवला. लग्नासाठी सर्वजण आले. ज्योतिबांचे समवयस्क व सर्व संबंधित मित्र आले होते. यशवंताचे लग्न लावण्यात आले. यशवंत आणि राधा यांनी आपण भारतीय स्त्रियांच्या उद्धारासाठी प्रयत्नशील राहू, तसेच आपण प्रेमाने, निष्ठेने, कर्तव्यदक्षतेने संसार करू, असे आश्वासन दिले. फुलेकुटुंबात आल्यावर राधा शिकतच होती. सावित्रीबाई तिचा अभ्यास घेत होत्या.

१४) २८ नोव्हेंबर १८९० रोजी ज्योतिबांचा मृत्यू - यशवंताचे लग्न झाले. त्यानंतर ज्योतिबांची तब्येत क्षीणच होत चालली होती. दुखणे वाढतच चालले होते. दि २७ नोव्हेंबर १८९० ला ज्योतिबांनी सत्यशोधक समाजाच्या सर्व कार्यकर्त्यांना व यशवंताला बोलावून घेतले. सर्वांच्या साक्षीने त्यांनी आपल्या खांद्यावरचा सत्यशोधक समाजाचा कार्यभार सावित्रीबाईंना दिला. सावित्रीबाई अगदी प्राणपणाने सत्यशोधक समाजाचे कार्य करतील; परंतु आपण सर्व कार्यकर्त्यांनी त्यांना मदत करावी, असे सांगितले.

संध्याकाळची वेळ होती. यशवंतालाही त्यांनी काही सूचना केल्या; त्याच्या चेहऱ्यावरून, पाठीवरून हात फिरविला. आपल्याला आता निर्मिकाने स्वीकारावे अशी विनवणी करून सर्वांना झोपण्यास जाण्यास सांगितले. यशवंत झोपण्यासाठी गेला. परंतु सावित्रीबाई मात्र ज्योतिबांचा हातात हात घेऊन चिंताग्रस्त अवस्थेत बसल्या. ज्योतिबांना त्रास होतच होता.

रात्री २ वाजून २० मिनिटांनी ज्योतिबांच्या छातीत कळ उठली आणि त्यांनी 'अगं आई गं' असे म्हणत आपला प्राण सोडला. ज्योतिबांची ज्योत कायमची अनंतात विलीन झाली. फुलेदांपत्यातील दोन ज्योतींतील एका ज्योतीचा तेजस्वी प्रकाश कायमचा पडद्याआड झालेला होता. सामान्यांचा कैवारी जगापलीकडे गेला होता.

सावित्रीबाई आपल्यामागे आपले कार्य सोडणार नाही, अशी ज्योतिबांची खात्री होती. दोघांनीही एकमेकांवर जिवापाड प्रेम करून कष्ट केले होते. अपार अडचणी सोसल्या होत्या आणि जगाकडे पाहण्याची शांत आणि विरक्त वृत्ती धारण केली होती. सावित्रीबाईंच्या कार्याला ज्योतिबांच्या या अखेरच्या शब्दांनी जणू पावतीच मिळाली होती.

पूर्ण महाराष्ट्र ज्योतिबांच्या निधनाने हळहळला होता. सावित्रीबाईंचे दुःख या साऱ्या पलीकडचे होते. सावित्रीबाई ज्योतिबांच्या जीवनाशी, विचारांशी, ध्येयाशी एकरूप झाल्या होत्या. रथाचे एक चाक निखळून पडले होते, उरला होता फक्त एकाकी प्रवास, कंटाळवाणी वाट. आता सावित्रीबाईंना एकट्यानेच चालायची होती. सोबतीशिवाय. वाटेचा वाटसरू मध्येच उतरला होता.

पतिनिधनाचे दुःख सावित्रीबाईंनी मोठ्या कष्टाने पचवले. -पचवावे लागले. कारण प्रथम त्यांनी विचार केला होता की, आता जगायचं कशासाठी? कुणासाठी जगायचं? पण दुसऱ्याच क्षणी मनाच्या गाभाऱ्यात आकारलेले ध्वनी स्पष्ट उमटले– जगायलाच हवं ज्योतिबांसाठी; त्यांनी विश्वासाने आपल्यावर सोपविलेल्या कार्यासाठी. जात्या जिवाला शेवटच्या क्षणी दिलेल्या वचनासाठी. त्यांच्या तत्त्वांसाठी, निष्ठांसाठी. लगेच दुसऱ्या क्षणी मन म्हणू लागले, हे सारं खरं; पण हे जमेल का आपल्याला? हे तसे साधेसोपे नाही. हे निभावणे आजच्या परिस्थितीत फार अवघड आहे. कसे झेपणार? परंतु त्यांनी मनाचा पक्का निर्धार केला आणि त्या सत्यशोधक समाजाचे व बहुजन समाजाच्या विकासाचे कार्य करावयास लागल्या.

मागे दिलेल्या या चार घटना म्हणजे सावित्रीबाईंचे सामाजिक कार्य नव्हते, परंतु त्या त्यांच्या जीवनातील महत्त्वपूर्ण घटना होत्या. त्या त्यांच्या जीवनावर प्रभावी परिणाम करून गेल्या. त्यांच्या जीवनातील कार्याशी त्या संबंधित आहेत. म्हणून इथे त्या तारीखवारनुसार वर्णन केलेल्या आहेत.

१५) इ. सन. १८९६ चा दुष्काळ - १८७७ मध्ये भीषण दुष्काळ पडला होता आणि सावित्रीबाईंनी त्यात जिवापाड काम करून निराधार लोकांना आणि ज्यांना मदत पाहिजे त्यांना मदत केली होती. इ. सन १८९६ मध्ये पुन्हा

दुष्काळ आला. त्या वेळेस अशी परिस्थिती होती की, ज्योतिबा हयात होते. परंतु पुण्यामध्ये नव्हते. त्यामुळे त्या दुष्काळाची खरी झळ सावित्रीबाईंनाच पोहोचली होती आणि आताची परिस्थिती अशी होती की, ज्योतिबा आता हयातच नव्हते आणि सावित्रीबाई आता सत्यशोधक समाजाच्या कार्यकर्त्या म्हणून केवळ सहकारी राहिल्या नव्हत्या, तर नेतृत्वाची धुरा आता त्यांच्यावर होती.

शेतकऱ्यांची अगदी दुर्दशा झाली होती, अन्नाचा कणही खायला मिळत नव्हता. अन्नान्नदशा झालेली होती. माणसे तर चालते-बोलते हाडाचे पुतळेच झाली होते. त्यामुळे सावित्रीबाईंचे मन आक्रंदून गेले होते. त्यांच्यासाठी काय करावे आणि काय करू नये, असे त्यांना होऊन गेले होते. मागच्या दुष्काळातील ज्योतिबांचे मार्गदर्शन त्यांना आठवत होते आणि त्यांचा ऊर भरून येत होता. परंतु केवळ शोक करीत बसण्याला त्यांना वेळ कोठे होता? त्यांना तर लोकांना मदत करण्यासाठी कामाला लागायचे होते. या सर्व गोष्टी नियतीवर अवलंबून असतात.

सावित्रीबाईंनी लगेचच आपल्या सत्यशोधक समाजाच्या कार्यकर्त्यांसोबत दुष्काळग्रस्त भागाची पाहणी केली. त्यांच्यासोबतच कलेक्टरची भेट घेतली. त्यांना निवेदन दिले. त्यांनी लगेच काही कार्यवाही करावी असे सांगितले. तसेच शासनाने यात ताबडतोब लक्ष घालून कार्य हाती घ्यावे अशी वृत्तपत्रांतून विनवणी केली. वेगवेगळ्या अधिकाऱ्यांच्या, अनुभवी व्यक्तींच्या भेटी घेऊन त्यांचे मार्गदर्शन घेतले व त्याप्रमाणे कार्य केले. या सर्व प्रयत्नांना यश आले. दुष्काळग्रस्त भागात रोजगार कामे सुरू केली. शेतकऱ्यांना सारा, महसुलीत सूट मिळाली.

सावित्रीबाईंचे दुष्काळातील कार्य कसे पोटतिडकीने चालू आहे हे पंडिता रमाबाईंनी पाहिले आणि त्यांना आर्थिक मदत केली. बडोद्याचे संस्थानिक राजे सयाजीराव गायकवाड यांनी स्वखुशीने अन्न, वस्त्र व आर्थिक मदत पाठविली. सावित्रीबाईंना ज्यांनी ज्यांनी मदत केली त्यांची ती मदत सत्कारणी लावत, परिश्रम करीत या भीषण दुष्काळाला समर्थपणे तोंड दिले आणि लोकांचे हाल होण्यापासून टाळले.

सावित्रीबाई जेव्हा हे सर्व कार्य करीत होत्या, तेव्हा दुसरीकडे सनातन लोकांनी त्यांची हेटाळणी करणे चालूच ठेवले होते. ही बाई हिंदुधर्मविद्रोही आहे, ख्रिस्ती आहे अशाही अफवा ते पसरवीत होते. तरीही सावित्री नावाचे तुफान पुढेपुढेच जात होते. संकटांना न डगमगता ते वाऱ्याला मागे टाकून काळाच्याही पुढे धावत होते. सावित्रीबाईंनी या धर्ममार्तंडांना या वेळी प्रश्न विचारला–

'या भीषण संकटात अभागी शूद्रांचे, स्त्रियांचे, शेतकऱ्यांचे होणारे हाल पाहून तुम्हाला लाज वाटत नाही काय?' माणुसकी सोडलेल्या दुष्ट प्रवृत्तीजवळ या

प्रश्नांचे उत्तर नव्हते. परंतु म्हणतात ना 'प्रयत्नांती परमेश्वर', याप्रमाणे सावित्रीबाईंच्या कार्याला यश येतच होते आणि या दुष्काळातही समर्थपणे सामोऱ्या जाऊन कार्य केले अन् ते यशस्वी झाले आणि सनातन्यांना चूप बसावे लागले.

१६) फेब्रुवारी १८९७ मधील प्लेगचा वणवा - १८९६ चा दुष्काळ संपतो न संपतो तोच लगेच फेब्रुवारी १८९७ मध्ये प्लेगने हाहाकार उडवून दिला.

तत्कालीन समाजामध्ये विज्ञानाची म्हणावी तेवढी प्रगती झाली नव्हती. शोधांचे, नवीन विचारांचे महत्त्व पटत नव्हते. अज्ञानाच्या अंधकारात चाचपडणाऱ्या समाजामध्ये वैज्ञानिक जागृती झालेली नव्हती. जिथं पोटाची खळगी भरण्याची मारामार होती, तिथं ज्ञान, विज्ञानाला कुठे थारा? आणि त्यामुळेच त्यांना स्वच्छता, आरोग्य यांची काही माहितीच नव्हती. या बाबतीत ते अज्ञानी होते, त्यांच्यामध्ये शिक्षणाचा अभाव होता, त्यामुळे अंधश्रद्धा फार होत्या. वैज्ञानिक दृष्टिकोनाचा लवलेशही नव्हता.

अशाच परिस्थितीत अस्वच्छतेमध्ये उंदीर पटापट मरून पडायला लागले. उंदराच्या अंगावरील पिसवा एका ठिकाणाहून दुसऱ्या ठिकाणी जातात, त्या पिसवा माणसांना चावतात. माणसे आजारी पडतात. त्यांना ताप येऊ लागतात. काखेत, जांघेत गाठ येऊ लागते. ताप चढत जातो. तो ताप माणसाला मारूनच कमी होतो. असा हा प्लेग महाभयंकर साथीचा रोग आहे.

हा प्लेग डिसेंबर १८९६ मध्ये पुण्यात आला. लगेच पुण्यामध्ये प्लेगने थैमान घातले आणि थोड्या अवधीतच प्लेग पसरला. तो मुंबईहून आला.

हा रोग संसर्गजन्य असतो. उंदरामुळे तो फैलावतो. १८९७ च्या फेब्रुवारीमध्ये या प्लेगने हाहाकार उडवून दिला. एका-एका कुटुंबातील अनेक माणसे दगावली जाऊ लागली प्लेगमुळे. माणसे गावेच्या गावे सोडून जाऊ लागली.

सरकारी कर्मचारी प्लेगच्या रोग्यांना प्रतिबंध घालण्याच्या हेतूने रोगी दिसला की त्याला बाहेर टाकून यायचे. समाजाच्या सांस्कृतिक, धार्मिक भावना दुखवल्यामुळे पूर्ण समाज घाबरून गेलेला होता. अशा परिस्थितीत सावित्रीबाई पाहत थोड्याच बसणार? त्यांनी अधिकाऱ्यांशी चर्चा करून या परिस्थितीवर तोडगा काढण्यासाठी प्रयत्न केला.

डॉ. यशवंत हा सावित्रीबाईंचा दत्तक पुत्र. नुकताच डॉक्टर होऊन अहमदनगरला त्याने दवाखाना टाकला होता. तर सावित्रीबाईंनी त्याला पुण्याला बोलावून घेतले. त्यांनी ससाण्याच्या माळावर दवाखाना उघडला आणि प्लेगच्या रोग्यांना तिथे औषधोपचार दिला होता. सत्यशोधक समाजाचे कार्यकर्ते आजारी माणसाला उचलून

त्या ससाण्याच्या माळरानावरील दवाखान्यात आणत होते. त्यांच्यावर डॉ. यशवंत उपचार करीत होते. त्या काळात सावित्रीबाई रानात फिरून सेवा करीत होत्या, धावपळ करीत होत्या. स्वतःच्या शरीराला त्रास होत असतानाही त्या काम करीत होत्या. शरीर नुसते पेंगून गेले होते, परंतु सावित्रीबाईचे काम सुरूच होते. स्वतःच्या शरीरास लोकसेवेसाठी चंदनासारखं झिजवत होत्या. रुग्णांमध्ये त्या परमेश्वर पाहत होत्या. मानवसेवा हीच ईश्वरसेवा असे त्या मानीत होत्या.

पुण्याजवळचं एक खेडं. मुंढवे हे त्याचं नाव होतं. गावकुसाबाहेर महारमांगाची, दलितांची घरं होती. तिथे फार अस्वच्छता होती. तेथील पांडुरंग बाबजी गायकवाड या मुलाला प्लेगची लागण झाली होती. त्याचा ताप अतिशय वाढत चालला होता. वाहनांची कोणतीही व्यवस्था नव्हती. म्हणून खुद्द सावित्रीबाईंनीच त्या मुलाला आपल्या पाठीवर उचलून घेतले. त्याला घेऊन सावित्रीबाई यशवंत फुल्यांच्या दवाखान्यात गेल्या. त्या मुलाला वाचविण्यासाठी खूप प्रयत्न केले. त्या मुलाच्या प्लेगची लागण सावित्रीबाईंना झाली. काखेत गाठ आली. ताप भरपूर चढला. डॉक्टरांनी फार शिकस्त केली. परंतु त्या तापातच सावित्रीबाईंना काळझोप लागली. सावित्रीबाईचा प्राण नियतीने आपल्या कवेत घेतला. तो दिवस होता १० मार्च १८९७. या दिवसाला प्लेगच्या रूपाने नियतीने सावित्रीबाईंना जगाआड केले. 'जो आवडतो सर्वांना तोचि आवडे देवाला' याप्रमाणे देवाने सावित्रीबाईला या क्रांतिकार्यातून मुक्त केले.

समाजाला प्रेरणा देणारी, समाजाचे ऋणानुबंध लक्षात घेऊन कार्य करणारी सामाजिक कार्यकर्ती, स्त्रियांची सावली, गोरगरिबांची माता, नवसमाजाचे स्वप्न पाहणारी व खेळ अर्ध्यातच सोडून नियतीने झडप घालून नेलेली सावित्रीबाई आज सामाजिक कार्याच्या रूपाने अजरामर राहिली.

'मरावे परी कीर्तीरूपे उरावे'

याप्रमाणे सावित्रीबाई आजही आपल्यात जिवंत आहेत. आजच्या या अशांत आणि असुरक्षिततेच्या काळात सावित्रीबाईंच्या कर्तृत्व व नेतृत्वाची तेवढीच गरज वाटते जेवढी की त्या वेळी होती. त्यांच्या या सामाजिक कार्यातून कुणालाही प्रेरणा निर्माण व्हावी असे वाटते.

∞

७.
सावित्रीबाई : एक काव्यज्योत

'जे न देखे रवी ते देखे कवी' असे म्हटले जाते. याप्रमाणे रवीला जे दिसत नाही, ते कल्पनेने कवीला दिसत असते. असाच विचार सावित्रीबाई फुले या प्रतिभासंपन्न कवयित्रीच्या संदर्भात केला तर काय दिसते? सावित्रीबाई ही अशी एक प्रखर ज्योत होती की ज्योतिबा फुलेंच्या अगोदर तर सोडा, पण ज्या केशवसुतांना आधुनिक मराठी काव्याचा जनक म्हणून संबोधले जाते, त्यांच्या २८ ते ३० वर्षांच्या अगोदर सावित्रीबाईंच्या काव्याची ज्योत प्रज्वलित तर झालीच; शिवाय मानवी जीवनाचे, कार्याचे क्षेत्र व्यापून टाकणारे व भविष्यकाळाचा सतत वेध घेणारे आणि परिणाम दाखवून देऊन त्यावर उपायही सांगणारे काव्य कुणीही केले नसेल, अशा काव्याची ज्योत आधुनिक मराठी काव्याची जननी बनली.

म्हणून आधुनिक मराठी काव्यक्रांतीमध्ये सावित्रीबाईंना नमन केल्याशिवाय पुढे जाताच येत नाही, हे त्रिकालाबाधित सत्य आहे.

तसे पाहता प्राचीन काळात स्त्री प्रगत होती. ती सुशिक्षित होती. सुसंस्कारित होती. ती शासक, सारथी, विद्वान, धर्मोपदेशक, लेखिका आणि कवयित्रीही होती. 'थेरीगाथा' हा भक्तिसंग्रह त्या काळात फार प्रसिद्ध झाला होता. त्यामध्ये काव्य लिहिणाऱ्या काही अध्यापिका, धर्मोपदेशक तर सामान्य स्त्रियाही होत्या. काश्नकृत्स्ना नावाच्या स्त्रीने 'मीमांसा' नावाचा ग्रंथ आचार्य पदवीसाठी लिहिला होता.

यानंतर महानुभाव पंथातील महदंबेला मान जातो. महदंबा या समाजातील एक विधवा, चक्रधर स्वामींच्या पट्टशिष्या होत्या. त्यांनी त्या काळात रुक्मिणी स्वयंवर रचले. त्याला काव्यप्रकारामध्ये धवळे प्रकारातील रचना म्हणतात आणि त्या फार प्रसिद्ध झाल्या. यानंतर ज्ञानेश्वरांची बहीण मुक्ताबाई यांनी अभंगरचना केली. तत्कालीन उच्चवर्णीयांनी ज्ञानेश्वरबंधूंना जो त्रास दिला, त्यासाठी ज्ञानेश्वर ताटी बंद करून आतमध्ये बसले होते. तेव्हा मुक्ताईने त्यांना समजवण्यासाठी

ताटीचे अभंग रचले. यानंतरच्या कवयित्री म्हणजे संत जनाबाई, संत कान्होपात्रा, संत बहिणाबाई या होत. यांनीसुद्धा उत्तम तऱ्हेची काव्यरचना केली आहे व त्यानंतर आधुनिक काळात सावित्रीबाई फुलेंचा नंबर लागतो. म्हणजेच आधुनिक काव्याची जननी सावित्रीबाई फुले ठरतात.

सावित्रीबाईंची काव्यसंपदा

सावित्रीबाईंच्या काव्यसंपदेचा कालखंड सुरू झाला १८५४ पासून. म्हणजेच केशवसुतांच्या अगोदरपासून. त्यांचा पहिला काव्यसंग्रह १८५४ साली प्रकाशित झाला. त्याचे नाव 'काव्यफुले' असे होते. दुसरा काव्यसंग्रह १८९२ साली प्रकाशित झाला. यानंतर 'पितपुराण' हा काव्यसंग्रह प्रकाशित झाला.

सावित्रीबाईंनी काव्यलेखनाला त्यांच्या वयाच्या २३ व्या वर्षी सुरुवात केली. अशा कोवळ्या वयात सावित्रीबाई सृजनास प्रारंभ पण करतात, ज्योतिबांसोबत गृहत्याग करतात, पतीसोबत सर्व कार्यांत मन लावून कार्ये करतात, समाजातील लोक टिंगलटवाळकी करीत असताना जिद्दीने अध्यापनाचे कार्यही करतात आणि त्यातही वेळ काढून सोबतच कवितेचा संसारही मांडतात, हे त्यांचे श्रेयस होय. काव्यसृजनाची कुठलीही परंपरा नसताना बहुजनाची ही कन्या काव्यसृजनात उजवी ठरते. ज्योतिबांचा काव्यसंसार उमलण्यापूर्वी सावित्रीबाईंचा काव्यसंसार पूर्णपणे फुलला होता, विकसित झाला होता आणि त्यामुळेच महात्मा फुलेंच्या अगोदर सावित्रीबाईंनी लिखाण करून ते प्रकाशित केलेले आहे.

सावित्रीबाईंची इच्छा प्रथमत: अशी होती की आपण 'छान गाणे रचावे'. म्हणून त्यांनी कविता लिहिल्या; परंतु त्यांच्या बुद्धिमत्तेचा आवाका व जागरूकता एवढी व्यापक होती, की प्रत्येक कवितेतून त्यांनी समाजाला काहीतरी संदेशविचार देण्याचा प्रयत्न केला. कवितेचा संसार केवळ छान गाणे रचण्यापुरता मर्यादित राहिला नाही तर त्यांनी समाजप्रबोधन केले.

जसे- मानव व सृष्टी या काव्यात त्यांनी म्हटले आहे.

मानवी जीवन हे विकसूया
भय चिंता सारी सोडुनिया
इतरा जगवू स्वत: जगू या
मानवप्राणी निसर्गसृष्टी द्वय शिक्क्याचे नाणे
एकच असेल म्हणूनि सृष्टीला शोभवू मानव लेणे

तसेच त्यांनी शूद्रांचे दुखणे या काव्यात म्हटले आहे.

शूद्रांना सांगण्याजोगा । आहे शिक्षण मार्ग हा

शिक्षणाने मनुष्यत्व येते । पशुत्व हाटते पहा -

म्हणजेच शूद्रांनी शिक्षण घ्यावे यासाठी सावित्रीबाईंनी किती विशिष्ट पद्धतीने समाजातील लोकांना समजावून सांगितले.

महात्मा फुले यांनी जसे क्रांतीचे गीत लिहिले, तसे क्रांतीचे गीत सावित्रीबाईंनी लिहिले नाही. परंतु क्रांतीच्या गीताची ऊर्जा त्यांना त्यांच्याकडूनच मिळाली. तसे पाहता दोघांच्या काव्याच्या मुख्य विषय एकच होता– स्त्री, दलित, बहुजन घटक. परंतु त्यांची मांडण्याची शैली मात्र वेगवेगळी होती.

या काव्यसंग्रहांचा सविस्तर रीतीने विचार करू या.

'काव्यफुले' हा सावित्रीबाईंचा पहिला काव्यसंग्रह. हा काव्यसंग्रह १८५४ साली प्रकाशित झाला. 'काव्यफुले' या काव्यसंग्रहात ४१ काव्ये आहेत. त्यात प्रास्ताविका, अर्पणिका आणि परमेश्वराचे स्तवनही आहे. तसेच उर्वरित काव्यामध्ये १० प्रकारांतील काव्य आहे. निसर्गविषयक काव्य, सामाजिक काव्य, प्रार्थनापर काव्य, आत्मपर काव्य, स्फुट काव्य, आध्यात्मिक काव्य, देशावरील काव्य असे अनेक विषय त्यांनी हाताळलेले आहेत. असे विविधरंगी काव्य धूळपाटीवर जेमतेम शिक्षण घेतलेल्या कवयित्रीचे असावे, हे येथे उल्लेखनीय आहे.

'काव्यफुले' या काव्यसंग्रहातील ४१ काव्यांचे वर्गीकरण बघू या -

वर्गीकरण लवचीक आहे, होऊ शकते. कुणाला ते काव्य दुसऱ्या प्रकारातील वाटेल.

निसर्गविषयक काव्य – पिवळा चाफा, जाईचे फूल, जाईची कळी, गुलाबाचे फूल, फुलपाखरू व फुलाची कळी, मानव व सृष्टी

सामाजिक काव्य – शूद्रांचे दुखणे, नवस, शूद्रांचे परावलंबन, शूद्र शब्दाचा अर्थ

प्रार्थनापर काव्य – शिवप्रार्थना, शिवस्तोत्र, ईशस्तवन, ज्योतिबांना नमस्कार.

आत्मपर काव्य – आमची आऊ, मनू म्हणे, ब्रह्मवंती शेती, बाळीचे स्तोत्र.

काव्यविषयक काव्य – द्रष्टा कवी, खुळे काव्य व खुळा कवी.

उपदेशपर काव्य – ज्योतिबांचा बोध, श्रेष्ठ धन, बाळास उपदेश, इंग्रजी शिका, शिकवण्यासाठी जागे व्हा, त्यास मानव म्हणावे का?, सामुदायिक संवाद पद्य, अज्ञान, सावित्री व ज्योतिबा संवाद.

इतिहासविषयक काव्य – छत्रपती शिवाजी, राणी छत्रपती ताराबाई.

स्फुट काव्य – स्वागतपर काव्य, इंग्रजी माउली, बोलकी बाहुली

आध्यात्मिक काव्य - संसाराची वाट, तेच संत देशभक्तिपर काव्य- माझी,

जन्मभूमी, मातीची ओवी.

प्रास्ताविका : कोणताही ग्रंथ प्रकाशित करताना प्रस्तावना लिहिली जाते. त्याचप्रमाणे सावित्रीबाईंनी पण 'काव्यफुले' या काव्यसंग्रहाला प्रस्तावना लिहिली आहे आणि तीही काव्यस्वरूपात. तिला प्रास्ताविका म्हटले आहे. प्रस्तावनेमध्ये ज्याप्रमाणे आपण तो ग्रंथ का लिहीत आहोत, त्यातून लोकांना काय मिळेल आणि ग्रंथ प्रकाशित होईपर्यंत कुणाची मदत मिळाली आणि शेवटी सर्व वाचकांनी त्या ग्रंथाचा स्वीकार करावयाचा असतो त्यासाठी विनंती, हा सर्व भाग कमी शब्दांत म्हणजे १२ ओळींमध्ये लिहिला आहे. अतिशय सुंदर शब्दांत हा सर्व भाग लिहिला आहे.

अर्पणिका : साधारणत: ग्रंथ हा कुणाला तरी अर्पण केला जातो. त्याचप्रमाणे सावित्रीबाईंनीसुद्धा हा काव्यसंग्रह सुजन् हितकरांना अर्पण केलेला आहे. जे सर्व वाचक वाचन करून समजून घेऊन त्याप्रमाणे वागू शकतात, अशांना त्यांनी अर्पण केला आहे. म्हणून त्या अर्पणपत्रिकेमध्ये लिहितात -

मजवर सकळाची भाव भक्ति विशाला
हृदय भरुनि येते वाटते हे कशाला
उपकर कृति आहे भार होई मनाला
सुजन हितकरांना अर्पिते ही सुमाला

प्रास्ताविका आणि अर्पणपत्रिका हे दोन काव्ये ४१ काव्यांमध्ये समाविष्ट आहेत. या प्रत्येक प्रकारातील काव्यांची वैशिष्ट्ये

निसर्गविषयक काव्य : सावित्रीबाईंच्या अगोदर कुणीही निसर्गाला काव्यात आणले नाही. याचा पहिला मान सावित्रीबाईंना आहे. नंतर बालकवी, केशवसुत यांनी कविता केल्या.

निसर्गातील वृक्षाच्या फांद्या, पाने, फुले हेही कवितेचे विषय बनू शकतात, त्यांतही कसे सौंदर्य दडलेले दिसते, ते सौंदर्य किती नाजूक असते, हे सावित्रीबाईंनी आपल्या काव्यातून दाखवून दिले. सुंदर, तरल कल्पना त्यांनी केलेल्या आहेत. भावोत्कटता त्यात आहे. या दृष्टीने 'फुलपाखरू व फुलांची कळी' हे काव्य खूप उद्बोधक आहे.

त्यास पाहूनि भुलून गेली
आतुर होई कळी फुलांची
शोषून काढी मध तियेचा
चिपाड केले तिला तयाने

रीत जगाची उत्शृंखल ही

पाहुनिया मी स्तिमित होई

फुलपाखरू आणि फुलाची कळी यात प्रेमकाव्य आहे. कळी किती आतुर होते अन् त्याची प्रमिला कशी बनते म्हणजे प्रेमिका कशी बनते; परंतु फुलपाखरू मध शोषून घेऊन तिला चिपाड बनविते. नंतर त्या कळीकडे बघतही नाही. अशीच जगाची रीत आहे. जगातील लोकही तसेच वागतात, हेच त्यातून सावित्रीबाईंना दाखवून द्यायचे होते.

'पिवळा चाफा' या कवितेत काव्यरचनेची प्रक्रिया व्यक्त केली आहे. येथे काव्याकडे पाहण्याचा कवयित्रीचा ध्येयनिष्ठ, चिंतनशील, आशावादी दृष्टिकोन दिसून येतो.

जैसे रतीला मदन खेळवी

तैसे कवीचे मन चेतवतो.

जाईचे फूल, जाईची कळी, गुलाबाचे फूल या कवितासुद्धा किती मनोहर शब्दांत लिहून केवळ स्वप्नरंजनात न राहता वास्तवतेत येऊन जगाची कल्पना त्या करून देतात -

रीत जगाची कार्य झाल्यावर

फेकुनि देई मजला हुंगून

ही जाईच्या फुलाची वेदना मांडण्याच्या निमित्ताने त्या शाश्वत मानवी स्वभावाचेही दर्शन घडवितात.

काही कवितांमध्ये दुःख, विरह यांच्या भावछटाही येतात; परंतु त्यांची कविता प्रचंड आशावादी, मानवतावादी आहे. मानवी जीवन सुंदर होईल, सद्भावाचा पाऊस पडेल. भयमुक्त जग स्वतः आनंदात जगून इतरांना जगू देईल अशी आशा त्यांना वाटते आणि त्यासाठी त्या 'मानव व सृष्टी' या कवितेत म्हणतात,

सुंदर सृष्टी, सुंदर मानव, सुंदर जीवन सारे

सद्भावाच्या पर्जन्याने बहरुनी टाकू ''बा'' रे

मानवी जीवन हे विकसू या

भय चिंता सारी सोडुनी या

इतरा जगवू स्वतः जगू या

मानव कसा संहार करायला लागला आणि म्हणून 'जगा आणि जगू द्या' या तत्त्वाची गरज पडायला लागली, परंतु सावित्रीबाईंनी; १९ व्या शतकात सांगितले ते म्हणजे त्या किती द्रष्ट्या होत्या, याची आपल्याला जाणीव होईल.

कल्पनारम्यता, भावनात्मकता असूनही वास्तव जीवनाचे जागते भान, आशावादी दृष्टिकोन व त्यातून मानवी जीवनाचे कल्याण या काव्यातून दिसून येते.

सामाजिक काव्य : सामाजिकता हा सावित्रीबाईंच्या जीवनाचा आत्मा होता. जीवनाच्या उत्तरार्धानंतर तर त्यांना वैयक्तिक जीवनच उरले नाही. हा त्यांचा काव्यसंसार जीवनाच्या पूर्वार्धातील असला, तरी त्या खऱ्या अर्थाने सामाजिक कवितांमध्ये रमल्या आहेत.

कारण केशवसुतांच्या कवितांमधील खरे वैशिष्ट्य त्यांच्या कवितेमध्ये जाणवते. फुले, आगरकरांनी त्यांचे विचार गद्यातून मांडले, तर केशवसुतांनी त्याला पद्यबद्ध केले परंतु त्या भावना होत्या, तो विचार होता. परंतु सावित्रीबाईंनी सामाजिक कार्य केले. सामाजिक सुधारणा घडवून आणल्या. परिवर्तन केले. आणि म्हणून त्यांच्या कवितेतून स्वानुभव दिसून येतो, जो दुसऱ्या कोणत्या कवींच्या काव्यात दिसत नाही.

त्यांनी 'शूद्रांचे दुखणे' या काव्यात सांगितले की,

दोन हजार वर्षांचे । शूद्रा दुखणे लागले ।
ब्रह्मविहित सेवेचे । भू-देवांनी पछाडले ।
खरे शूद्र धनी । होते इंडियाचे

तर 'शुद्र शब्दाच्या अर्थ' या काव्यात त्या सांगतात,

नाव असे त्याचे । इंडियन
होते पराक्रमी । आमचे पूर्वज
त्यांचेच वंशज । आपण रे

आपले वंशज पराक्रमी होते. तेव्हा आपण शूद्र म्हणून का राहावे? आपणही त्यातून बाहेर पडले पाहिजे व त्यासाठी शिक्षण घेतले पाहिजे, असे सावित्रीबाई सांगतात.

संत गाडगेबाबांनी सांगितले होते की, 'शिक्षणाशिवाय माणूस धोंडा' आहे. त्याने शिक्षण घेतले पाहिजे. त्याशिवाय त्याच्यामध्ये असलेली अंधश्रद्धा, दारिद्र्य, अन्याय, अत्याचार सोसणे, धार्मिक कर्मकांड जाणार नाही. म्हणून शिक्षण घ्या असाच विचार राष्ट्रसंतांनीही दिला. अंधश्रद्धेवर हल्ला संत तुकडोजीमहाराजांनीही चालविला होता. त्यांनी म्हटले होते,

आपापल्या भाविक जना । भुलविती उत्सवादिकी नाना
अंधश्रद्धेने होय धिंगाणा । ग्रामजीवनाचा (ग्रामगीता, अ. २४ ओ. ३९)
अपार धनाची धुलधाणी । अनिष्ट प्रथांची पेरणी
फुटीर वृत्ती, वाढेल जनी । ऐसी करणी कितीकांची (अ. २४ ओ.१२)
गावासि कैसे आदर्श करावे । याचेचि शिक्षण प्रामुख्ये द्यावे

सक्रियतेने करावयासि लावावे । विद्यार्जनी (ग्रामगीता, अ. १९ ओ. ३२)
तसेच सावित्रीबाईंनीही 'नवस' या काव्यात म्हटलेले आहे.

धोंडे मुले देती । नवसा पावती

लग्न का करती । नारी नर

सावित्री वदते । करुनि विचार

जीवन साकार । करुनि घ्या ॥

तसेच 'शूद्रांचे परावलंबन' या काव्यात म्हणतात, या वरील गोष्टी का घडतात तर त्याचे कारण आहे-

ज्ञानाचे नसती डोळे । म्हणोनि न दिसे दु:ख

स्वावलंबी नसे शूद्र । स्वीकारती पशू सुख

याचे परिमार्जन, निराकरण शिक्षणाने होऊ शकते. म्हणून त्या 'शूद्रांचे दुखणे' या काव्यात म्हणतात,

शूद्रांना सांगण्याजोगा । आहे शिक्षण मार्ग हा

शिक्षणाने मनुष्यत्व येते । पशुत्व हाटते पहा

दलितांना आपला उद्धार करावयाचा असेल तर शिक्षणाशिवाय पर्याय नाही. आजचे पशुतुल्य जीवन नष्ट करावयाचे असेल तर, प्रत्येकाने विद्या संपादन केली पाहिजे. हाच मंत्र डॉ. बाबासाहेब आंबेडकरांनीही दिला- 'शिका, संघटित व्हा आणि संघर्ष करा.' तर सावित्रीबाईंनी काय केले? नुसतेच महत्त्व सांगितले नाही, प्रेरणा दिली नाही, तर त्यांच्यासाठी शाळाही उघडल्या अन् त्याही अतिशय कठीण परिस्थितीत. म्हणून सावित्रीबाई या श्रेष्ठ आहेत असे वाटते.

प्रार्थनापर काव्य : 'काव्यफुले' या काव्यसंग्रहात प्रास्ताविका व अर्पणिका यानंतर सावित्रीबाईंनी शिवशंकराला नमन केले आहे. सावित्रीबाई शिवशंकराची प्रार्थना करीत असाव्यात. म्हणूनच तीन काव्ये त्यांनी शंकराला स्मरूनच केली आहेत की, माझे समोरील काव्य व्यवस्थित होऊ दे. म्हणून त्या शिवस्तोत्र मध्ये लिहितात की,

ज्याने गुण जगत मौलिक निर्मियेले

ज्याचे कृपे सकल ब्रह्म त्रिलोक डोले

त्या शंभूला पुजुनिया वर मागते मी

जिव्हेवरी बसुनि तू रचि काव्य नामी

सावित्रीबाई केवळ शंकरालाच वर मागत नाहीत, तर त्यांच्या मनामध्ये ज्योतिबा एक दैवतच होते आणि म्हणून त्यांनाही प्रथमत: काव्यरचनेच्या प्रारंभी नमस्कार करतात. त्या लिहितात,

ज्योतिबांना नमस्कार । मनोभावे करतसे
ज्ञानामृत आम्हां देई । असे जीवन देतसे
थोर ज्योति दीन शुद्रा । अतिशूद्रा हाक मारी
ज्ञान ही ईर्षा देई । तो आम्हाला उद्धरी

आत्मपर काव्य : सावित्रीबाईंनी 'आमची आउ' या कवितेत सगुणाबाई क्षीरसागर यांच्याविषयी काव्य केले आहे. त्यांच्याविषयी सावित्रीबाईंच्या मनात फार आदर होता. त्यांना त्या जणू विद्येची देवी मानायच्या. सासुबाईंचा मानसुद्धा त्यांना द्यायच्या.

आमची आऊ । फार कष्टाळू
प्रेमळ होती । होती दयाळू
मूर्तिमंत जणु । विद्यादेवी
हृदयी आम्ही । तिला साठवी

तसेच 'मनू म्हणे' या छोट्याशा कवितेत विषमाधिष्ठित समाजरचना प्रस्थापित करणाऱ्या आद्य जनकाचे मतखंडण केले आहे. बहुसंख्य असलेल्या शेतकऱ्याला मनू काय म्हणत होता, त्याचे शेतकऱ्याविषयी (शूद्राविषयी) काय मत होते, हे सावित्रीबाई सांगतात.

नांगर धरती । शेती जे करती
मठ्ठ ते असती । मनु म्हणे ।।
करू नका शेती । सांगे मनुस्मृती
धर्माज्ञा करती । ब्राह्मणास

हे त्यांना पटले नाही. असे समाजात असू नये. त्यांना त्याचे दु:ख होते. ही समाजातील विषम रचना आहे. ज्याच्या भरवशावर समाज जगतो, त्याला नीच स्थान देणे बरोबर नाही. त्यांच्या मनात भरपूर आदर आहे म्हणून त्या म्हणतात की,

विषम रचती । समाजाची रीती
धूर्ताची ही नीती । अमानव

त्या शेतकरी कन्या असल्याने या मताचे खंडण त्यांच्याकडून अपेक्षितच आहे. शेतीचे श्रेष्ठत्व सांगताना त्या 'ब्रह्मवंती शेती' या काव्यात म्हणतात,

ब्रह्म असे शेती । अन्नधान्य देती
अन्नास म्हणती । परब्रह्म ।।
शूद्र करी शेती । म्हणूनिया खाती
पक्वान्न झोडती । अहं लोक ।।

शेतकरी (शूद्र) शेती करतात म्हणूनच बाकी लोक पक्वान्न खाऊ शकतात,

हे त्यांनी पटवून दिले.

काव्यविषयक काव्य : काव्यातून मधुरतेचा आनंद मिळतो. तसेच१४ विद्या, ६४ कला आणि नवरत्नपूर्ण रसाची निर्मिती काव्यात असते. असे काव्य करणारा 'द्रष्टा कवी' असतो. 'खुळे काव्य व खुळा कवी' आणि 'द्रष्टा कवी' या दोन्ही काव्यांतून त्यांच्या काव्यविषयक प्रगल्भ जाणिवा दृष्टीस पडतात.

काव्य-आशय, कल्पनेची भरारी आणि विचारांच्या संपन्नतेचे दर्शन तेथे घडते ते अशा प्रकारे-

सरोवर मानस सुवासिक फुलांचे
तिथे बांधितो महाल कमलांचे
चार विद्येची चौसष्ट कलांची
सुबक नवरत्ने त्यावर रसांची ॥

काळाबरोबर कल्पनेने, प्रतिभेने आणि विचाराने धावणाऱ्या कवीला त्यांनी 'खुळे काव्य आणि खुळा कवी' मध्ये चित्रित केले आहे. सर्वसाधारण व्यक्तीची, कवितेच्या संदर्भात असलेली उदासीन वृत्ती त्यांनी लक्षात घेऊन बहुधा या कवितेला 'खुळे काव्य खुळा कवी' हे शीर्षक दिले असावे.

उपदेशपर काव्य : 'काव्यफुले' या काव्यसंग्रहात जवळपास नऊ कविता उपदेशपर लिहिल्या आहेत.

'ज्योतिबाचा बोध' या काव्यातून सावित्रीबाईंनी अगदी साधेपणात महत्त्वाचा संदेश दिलेला आहे. त्या लिहितात –

ज्योतीबांचे बोल । मनात परसा
जीवाचा आरसा । पाहते मी
सेवेच्या भावाने । सेवा जे करिती
धन्य पावती । मानवात

ज्योतिबांचे बोल, संदेश किती महत्त्वाचा आहे त्याचा तुम्ही विचार करा. माझ्या जिवाचा आरसा कसा झाला आहे ते तुम्ही पाहताच आहात. प्रथमत: मी कुठे होते आणि आता कशी झाले एवढे परिवर्तन ज्योतिबांमुळे झाले आणि म्हणून जे सेवेच्या भावनेने करतात ते धन्य होतातच. तेव्हा सेवापूर्ण कार्य करा, असा संदेश त्या देतात.

सावित्रीबाई जेव्हा अशिक्षित होत्या, तेव्हापासून त्या शिक्षणाला महत्त्व देत होत्या. म्हणूनच मनातून त्यांना अत्यंत वाईट वाटत होते की, त्यांना लिहिता, वाचता येत नव्हते. म्हणून त्यांनी शेवटी ज्योतिबांजवळ तुम्ही शिकवाल का? असा प्रश्न

केला त्याला ज्योतिबांकडून होकार मिळाला अन् त्या शिकल्या. कारण त्या जाणून होत्या की विद्या, शिक्षण हे सर्वांत श्रेष्ठ धन आहे. म्हणूनच म्हणतात की, 'द्रष्टे लोक भविष्याच्या पुढे दोन पावले असतात.' त्याचप्रमाणे सावित्रीबाई द्रष्ट्या विभूती होत्या.

त्यांनी 'श्रेष्ठ धन' या काव्यात लिहिले की,

अभ्यास करी विद्येचा । विद्येस देव मानुन
घे नेटाने तिचा लाभ । मनी एकाग्र होऊन
विद्या हे धन आहे रे । श्रेष्ठ साऱ्या धनाहून
तिचा साठा जयापाशी । ज्ञानी तो मानती जन

'बाळास उपदेश' या चार ओळींच्या काव्यात महत्त्वाचा उपदेश दिलेला आहे. संत कबिरांनी म्हटले आहे की,

कल करे सो आज कर । आज करे सो अब
पल मे परेली होयेगी । बहुरी करेगी कब ॥

हाच तर उपदेश सावित्रीबाईंनी त्यांच्या काव्यातून दिलेला आहे.

करणे काम आजी ते । आताच कर खेचून
जे दुपारी करायचे । ते आताच कर जाऊन

'शिकणेसाठी जागे व्हा' या कवितेतून त्यांना जनजागरण करावयाचे आहे. दलित बहुजनांना एक नवे सामाजिक भान त्यांना द्यावयाचे आहे. शिक्षण या मूल्याची महती त्यांना सांगावयाची आहे. उपरोक्त घटकांचा सर्वांगीण विकास शिक्षणातून साधावयाचा त्यांचा प्रयत्न आहे म्हणून येथे मनोरंजनाला फाटा मारला आहे. हीच भूमिका त्यांनी 'इंग्रज माउली' या कवितेतही मांडली आहे. जमेल तसे समाजाला भान देणारे हे प्रबोधन झाले आहे. दलित बहुजनांना शेवटी त्या कळवळून म्हणतात की,

असे गर्जुनी विद्या शिकण्या । जागे होऊन झटा
परंपरेच्या बेड्या तोडुनि शिकण्यासाठी उठा

या महान मूल्यांसाठी, सर्वांगीण विकासासाठी, शिक्षण संपादन करण्याची त्यांची सूचना स्वागतार्ह आहे. हेच मूल्य ज्योतिबांच्या वाङ्मयात सर्वत्र उठून दिसते. आज शिक्षणाचे सार्वत्रिकीकरण तर झाले, महात्मा फुले आणि सावित्रीबाई फुले यांनी अपेक्षिलेला स्त्री-दलित-बहुजन आज शिक्षित झाला खरा; पण अंतर्बाह्य झळाळून निघाला नाही. शिक्षणामुळे मानवमुक्तीचा मार्ग मोकळा होऊन समानता रुजवणारी नवीन मूल्ये उपरोक्त घटक स्वीकारतील, अशी त्यांची अपेक्षा होती. मात्र असे चित्र आज दिसत नाही.

दया, प्रेम, परोपकार, सेवा, त्याग, ज्ञान इ. मानवी मूल्यांशी सांगड न

घालणाऱ्या आणि उपरोक्त मूल्यांना तिलांजली देणाऱ्या व्यक्तीस मानव संबोधावे काय? असा प्रश्न उपस्थित करणारे 'तयास मानव म्हणावे का?' हे काव्य आहे. उद्योगाला प्राधान्य देऊन, सर्वसाधारण घटकांना आत्मचिंतन करण्यास प्रवृत्त करणारे बारा प्रश्न आहेत. वारकरी संतांच्या अभंगांचा अथवा रामदासांच्या काव्याचा प्रभाव एखाद् दुसऱ्या कडव्यावर जाणवत असला, तरी विषयचित्रण सामाजिक अंगाने जाणारे आहे.

अविद्या, आळस, पोराबाळांचे लेंढार, परव्यक्तीच्या संदर्भातील सहानुभूति शून्यता, अंधश्रद्धा, दारिद्र्य, पशुपरिहीन जीवन, स्त्रियांच्या श्रमाचे शोषण, परोपकार, गुलामीची आच नसणे, वर्तमानाचे भान आदी नसलेल्या व्यक्तीला एक सामाजिक भान देण्यासाठी सरळ सोप्या, परंतु रांगड्या शैलीत 'तयास मानव म्हणावे का?' म्हणून अंतरीचा रोकडा सवाल केला आहे. 'मानवी' संकल्पना अधिक स्पष्ट करताना अमानवीय संकल्पना पशुजगतात नसल्याचे सांगतात, अशा व्यक्तीला उद्देशून त्या म्हणतात की,

ज्योतिष रम सामुद्रिक हो
स्वर्ग नरकाच्या कल्पनाही
पशूत नाही त्या जो पाही
तयास मानव म्हणावे का?

तसेच संसाराचा संपूर्ण गाडा ओढणाऱ्या भारतीय स्त्रीची शोकांतिका मांडताना त्या म्हणतात की,

बाईल काम करीत राही
ऐतोबा हा खात राही
पशू पक्षात ऐसे नाही
तयास मानव म्हणावे का?

स्त्री-पुरुष समतेचा देखावा प्रस्तुत करण्याच्या प्रवृत्तीला येथे त्यांनी खडसावून विचारले आहे की, श्रमाच्या संदर्भात पशू-पक्षात समानता आहे, तर बिचाऱ्या मानवाच्या दुनियेत पुरुष स्त्रीच्या श्रमावर ऐतोबा बनून खात का बसतो? अशा या व्यक्तीला मानव म्हणावे काय? असे प्रश्न उपस्थित करून ऐतोबाला अंतर्मुख करण्याचा प्रयत्न केला आहे. 'बाईल' आणि 'ऐतोबा' शब्दांच्या आयोजनाने विषयाच्या प्रतिपादनाचा विस्तार वाढला आहे. पुढे धार्मिक गुलामगिरीच्या अंगाने विद्रोह उभा करताना त्या म्हणतात की,

गुलामगिरीचे दुःख नाही

जराही त्यास जाणवत नाही
माणुसकीही समजत नाही
तयास मानव म्हणावे का? ॥

संवेदनाहीन व्यक्तीसाठी हे सर्व प्रश्न सावित्रीबाईंनी केले आहेत. मानव आणि पशूंची तुलना नेमक्या शब्दांत वर्णिली आहे. जीवन, जीवनमूल्ये, जनसंस्कृती समजून स्वीकारतो आणि अधिक प्रमाणात आचरणात आणतो, तो खऱ्या अर्थाने मानव आहे. शरीराने, बुद्धीने आणि संस्काराने मनुष्य असूनही वरील सर्व बाबी ज्यांच्यामध्ये दिसत नाहीत, अशांना ते प्रश्न आहेत. केवळ शरीराने मनुष्य असणाऱ्या, परंतु मानवी कर्तव्याला हुलकावणी देणाऱ्या मानवाला त्यांनी तो मनुष्य असण्याची जाणीव करून दिली आहे. श्रमापासून फारकत घेणाऱ्या व्यक्तींना येथे सावध केले आहे. साध्या, सोप्या आणि तितक्याच वैचारिक भाषेत जीवनावर भाष्य केले आहे.

'अज्ञान' ही कविता आज सामान्य, विशेष काही नसलेली, सुमार वाटत असली, तरी त्या काळी शिक्षणप्राप्तीसाठी विशेषत: स्त्री-शिक्षणासाठी ध्येयवेड्या झालेल्या फुले-दांपत्यासाठी आणि शिक्षणप्राप्तीसाठी धडपडणाऱ्यांसाठी फार काही सांगून जाते. ज्ञानाची महती विशद करणाऱ्या अनेक कविता त्यांनी रचल्या. या 'अज्ञान' कवितेत ज्ञान अज्ञानाला पिटाळून लावते.

सांगते पहा दुष्ट शत्रुचे
नाव नीट रे ऐक तयाचे अज्ञान
धरूनि त्याला पिटायाचे
आपल्यामधुनी हुसकायाचे

आशयाच्या दृष्टीने किती महत्त्वपूर्ण आहे! त्या काळात सर्वत्र असलेल्या अज्ञानाला हुसकावून, पिटाळून लावायला त्या सांगतात. 'सामुदायिक संवाद पद्य' या कवितेत आनंददायी शिक्षणपद्धती त्यांनी प्रस्तुत केली आहे. या संवादात्मक कवितेत गायनाची सांगड घालून नाट्यमय पद्धतीत प्रसंग खुलवीत नेला आहे. उपेक्षित घटकाचा–मुलीचा–हुंकार येथे प्रस्तुत केला आहे तो असा–

न कुरकुरता न आळसता शाळेत जाऊ शिकू चला
गुलामगिरीची युगायुगाची बेडी तोडू चला चला

शालेय जीवनात शालेय विद्यार्थिनींसाठी त्यांनी केलेला हा नूतन असा प्रयोग होता. यावरून सावित्रीबाई या किती प्रयोगशील, चिंतनशील मनाच्या बाई होत्या हे स्पष्ट होते.

'सावित्री व ज्योतिबा संवाद' या शेवटच्या कवितेत दलित बहुजनांना निसर्गरम्य

वातावरणात 'मानवता केंद्र' सर करण्याचे आवाहन करण्यात आले आहे. आजही ज्या मानवतेची नितांत गरज भासते, ते तर सावित्रीबाईंनी खूप वर्षांपूर्वी-शतकापूर्वी सांगितले आहे. येथे दलित बहुजनांचे प्रतिनिधित्व सावित्री-ज्योतिबा या पती-पत्नीने केले आहे.

इतिहासविषयक व स्फुट काव्य : सावित्रीबाई केवळ चालू घटना किंवा शिक्षण या विषयाभोवतीच फिरत राहिल्या नाहीत, तर ऐतिहासिक बाबींचाही त्यांनी विचार केला. छत्रपती शिवाजीमहाराज, राणी ताराबाई यांचाही त्यांचा अभ्यास होता. शिवाजीमहाराजांचे सकाळी उठून स्मरण करण्यासाठी त्या सांगतात,

छत्रपती शिवाजीचे । प्रात:स्मरण करावे
शूद्रादि अतिशूद्रांचा । प्रभू वंदू मनोभावे

त्याचप्रमाणे राणी छत्रपती ताराबाई यांच्याहीबद्दल त्यांना आदर होता.

न्हाऊन टाकी रणभूमी
शत्रू रक्तानी सारी
चपलता विजेची जैसी
तशीच कडाडे संहारी ।।
ताराबाई माझी मर्दानी
भासे चंडिका रणांगणी
रणदेवी ती श्रद्धास्थानी
नमन माझिये तिचिया चरणी ।।

यावरून सावित्रीबाईंच्या व्यक्तिमत्त्वाचे पैलू लक्षात येतात. 'इंग्रजी माउली' या काव्याच्या संदर्भात बोलताना असे म्हणावेसे वाटते की, इंग्रजांमुळे शूद्रांना शिक्षण मिळाल्यामुळे त्या त्यांच्या विरोधात नव्हत्या. उलट, त्यांचे कौतुकच करीत होत्या. इंग्रजी प्रशासनामुळे एक नवी विचारसरणी रूढ झाली. सर्वांसाठी शिक्षणाचे दरवाजे खुले झाले. स्त्री, दलित, बहुजनांसाठीही मोठी संधी चालून आली. मोगलाई, पेशवाईने या भूमिकेतून रयतेकडे पाहिले नाही. म्हणून परकीय सत्तेला त्या 'इंग्रज माउली' म्हणून साद घालतात. कारण येथील स्त्री, दलित, बहुजनांच्या सर्वांगीण प्रगतीचा नकाशा या 'तृतीय रत्न' च्या साहाय्याने निर्माण होत असल्यामुळे त्यांनी आपल्या भावना या संदर्भात अशा व्यक्त केल्या. इंग्रजी प्रशासनाचे फायदे सांगताना त्या म्हणतात,

तसेच शिक्षण घेण्यासाठी ही वेळ छान आहे.

इंग्रजी माउली । शूद्रांना पान्हा पाजी ।

संगोपन आजी । करतसे ।
इंग्रजी माऊली । तोडते पशुत्व ।
देई मनुष्यत्व । शूद्र लोका ।।
दूर फेकुनी रूढी द्या
परंपरेची मोडुनि दारे
लिहिणे वाचणे शिकून घ्या
छान वेळ आली,...
इंग्रजी माउली आली

'बोलकी बाहुली' या काव्यात सावित्रीबाईंच्या समोर शाळकरी मुले असावीत. अगदी हलक्याफुलक्या शब्दांत बाहुलीवर त्यांनी काव्य केले आहे. ते मजेशीर आहे.

आध्यात्मिक काव्य : 'काव्यफुले' या काव्यसंग्रहात 'संसाराची वाट' व 'तेच संत' हे दोन अभंग सावित्रीबाईंनी लिहिले आहेत. 'संसाराची वाट' यामध्ये त्या लिहितात की, प्रपंच हा तसा कठीणच आहे. तो केवळ बोलण्याने होत नाही तर, शांततेने आपण आपली कार्ये करीत राहिल्यास संसार सुखी होतो.

करून प्रपंच । आहे तो कठीण
बोलून हा शीण । जाईल का? ।।
शांतता आपली । ठेवावी प्रपंची
हीच वाट साची । संसारात ।।

तुकाराममहाराजांनी म्हटले आहे की, 'बोले तैसा चाले, त्याची वंदावी पाऊले।' तेच सावित्रीबाईंनीही सांगितले,

वाचे उच्चारी । तैसी क्रिया करी
तीच नरनारी । पूजनीय ।।
मानवाचे नाते । ओळखती जे ते
सावित्री वदते । तेच संत

तुकाराम महाराजांच्या म्हणण्याप्रमाणे व्यक्ती जशी बोलते तसेच कार्य करते ती वंदनीय असते. तर सावित्रीबाई पण म्हणतात की अशाच बोलल्याप्रमाणे कार्ये करणाऱ्या व्यक्ती पूजनीय असतात. तसेच जे मानवाचे नाते ओळखतात, तेच खरे संत असतात.

इतर सर्व संतांनी, बहिणाबाई चौधरींनी म्हटले आहे, की माणसाने माणसाला माणसासारखे वागवणे हीच खरी माणुसकी आणि हाच खरा धर्म. म्हणजेच यातही मानव म्हणून ओळखून त्याच्याशी त्याप्रमाणे कार्य करणे हे महत्त्वाचे आहे.

यावरून सावित्रीबाईंच्या बुद्धिप्रगल्भतेची, विवेकाची आणि मानवी स्वभावाच्या आत्मीयतेची जाणीव होते.

देशपर काव्य : 'काव्यफुले' या काव्यसंग्रहात 'माझी जन्मभूमी', 'मातीची ओवी' हे काव्य देशाच्या, जन्मभूमीच्या संदर्भात लिहिले आहे. सावित्रीबाईंची जन्मभूमी 'नायगाव' हे खेडे होते. ते नायगाव खेडे कशा प्रकारे समृद्ध होते, तिथला निसर्ग कशा प्रकारचा होता, याचे वर्णन यात केले आहे; तर 'मातीची ओवी' या काव्यात धरतीमातेचे वर्णन केले आहे. शिवारामध्ये (शेतीमध्ये) माती, पीकपाणी, फळे, फुले यासंबंधीचे वर्णन आहे, त्या ठिकाणी घर बांधून लोक तिथे राहतात याचे या मातीशी त्यांचे नाते असते म्हणून असे त्या म्हणतात. अर्थातच धरतीमाता, जन्मभूमी यांबद्दल प्रेम, निष्ठा, अभिमान व्यक्त करताना त्या परिसराशी एकरूप झालेल्या दिसतात. छान गाणे रचावे या हेतूने सावित्रीबाईंनी काव्य जरी रचले असले तरी एवढ्या मर्यादित हेतूने ते काव्य रचले नाही, असे सकृद्दर्शनी जाणवते. कुळाची, जन्मभूमीची कथा, ज्योतिबांविषयाचा आदर, इंग्रजांबद्दलचा आदर, उपदेशपर काव्य, सामाजिक, निसर्गविषयक काव्य हे विशिष्ट हेतूने लिहिले गेले.

बावनकशी सुबोध रत्नाकर : सावित्रीबाईंचा दुसरा काव्यसंग्रह 'बावनकशी सुबोध रत्नाकर' हा १८९२ साली प्रकाशित झाला आणि प्रकाशित करण्याचा मान विदर्भाला मिळाला. विदर्भातील अमरावती येथे तो प्रकाशित झाला. सावित्रीबाईंचे कार्यक्षेत्र पुणे; परंतु त्यांच्या काव्याची दखल अमरावती जिल्ह्याने घेतली. मराठी आद्य गद्य-पद्य ग्रंथ अमरावती जिल्ह्यातच रिद्धपूरला लिहिले गेले. रिद्धपूर हे महानुभाव चक्रधरस्वामींचे स्थान आहे.

सावित्रीबाईंचा हा काव्यसंग्रह ज्योतिबांच्या मृत्यूनंतर दोन वर्षांनी १८९२ साली प्रकाशित झाला. हा काव्यसंग्रह वरुडचे शास्त्रीबाबा चौधरी, महाजन व मोर्शीचे शास्त्री गोविंदस्वामी काळे यांनी करजगावचे सत्यशोधक समाजाचे स्वामी लक्ष्मणशास्त्री सोना यांचे घरी प्रकाशित केला, असा मजकूर काव्यसंग्रहाच्या मुखपृष्ठावर आहे. विदर्भवासीयांसाठी ही अभिमानाची गोष्ट आहे.

'बावनकशी सुबोध रत्नाकर' या दीर्घकाव्याचा समारोप करताना म्हटले आहे की, मिती शुक्ल पक्ष १८१३ रात्री २ वाजून २० मिनिटांनी ही पोथी लिहून पुरी केली. असे म्हणून खाली सही केली आहे- सावित्री ज्योतिबा फुले द. खु.

यात शुक्ल पक्ष शालिवाहन शक याचा उल्लेख केलेला असला तरी भारतीय महिन्याचा उल्लेख राहून गेला आहे. यात ५२ कडवी त्यांनी रचली आहेत. रात्रीचे २ वाजून २० मिनिटांनी समाप्त केली असेही म्हटले आहे. यावरून असा संकेत

मिळतो, की सावित्रीबाईंनी ते एका दमात पूर्ण केले असावे आणि इतके परिश्रम घेऊन ते लिहिले गेले आहे.

अर्थातच ७ नोव्हेंबर १८९२ रोजी प्रकाशित करणाऱ्या प्रकाशकाचे नाव आहे अमरावती जिल्ह्यातील करणगाव येथील नारोबाबा शास्त्री महाघट. या काव्यसंग्रहाची दुसरी आवृत्ती 'गावगाडा' विशेषांकात १० मार्च १९७६ रोजी प्रकाशित झाली.

या दीर्घकाव्याच्या प्रारंभी उपोद्घातात (मनोगतात) काव्य रचण्यामागचा हेतू नमूद केला आहे. तसेच ज्योतिबांविषयीची कृतज्ञता व्यक्त करून, कर्त्या समाजसुधारकाला हा काव्यसंग्रह अर्पण केला आहे. कुळाचा इतिहास, भारतीय गुलामगिरीचा इतिहास आणि ज्योतिबांचे स्थूलमानाने चरित्र गावे, हा हेतू या मनोगतामध्ये दिसून येतो. येथे ज्योतिबांचे कर्तृत्व एका निष्ठेने रचिले असून येथे अंधश्रद्धेला थारा नाही. त्यांच्यासंबंधीच्या मनात साठविलेल्या स्मृतींना येथे उजाळा मिळाला आहे.

या काव्यसंग्रहात ५२ कडवी आहेत आणि ती एकाच प्रकारची आहेत. तसे ते सहा भागांत विभागलेले आहे. उपोद्घात सिद्धता, पेशवाई, आंग्लाई, ज्योतिबा आणि उपसंहार. हे काव्य सहा भागांत असले तरी पहिल्या कडव्यापासून ५२ कडव्यांना क्रमाने त्यांचे क्रमांक दिलेले आहेत, म्हणून त्याला त्यांनी बावन्नकशी असे नाव दिले असावे असे वाटते.

'उपोद्घात' : सावित्रीबाईंनी ज्योतिबांच्या कार्याचे महत्त्व वर्णन केले आहे. त्यांच्या या काव्यातून त्यांना ज्योतिबांबद्दल असलेला आदर, निष्ठा स्पष्ट होते. आपल्या काव्यरचनेचे श्रेय त्यांनी ज्योतिबांना दिले आहे. त्यांच्या कृपेमुळे आपल्याला ब्रह्मानंदाची प्राप्ती झाली, त्यामुळेच आपल्याला ही कल्पना सुचली, असे सांगून त्यांना त्या 'यती' म्हणून नमस्कार करतात.

> जयाने दिली बुद्धी ही सावित्रीला
> प्रणामा करी मी यती ज्योतिबाला ॥

आणि हा काव्यसंग्रह त्यांना, त्यांच्यासारख्या समाजसुधारकांना अर्पण केला. ज्योतिबांबद्दल त्या म्हणतात -

> नसे जात ज्याला तसे पंथ काही
> तया वंदुनि सावित्री काव्य वाही

या काव्याच्या शेवटी सावित्रीबाईंनी सर्व शूद्रांना वंदन केले आहे. 'सदोदित हे काव्य आन्हिक व्हावे,' अशी अपेक्षा त्यांनी व्यक्त केली आहे.

'उपोद्घात' मध्ये चार कडवी आहेत. ज्योतिबांचा गुणगौरव हाच या काव्यरचनेमागील हेतू दिसतो. ज्योतिबांचे गुणगाण गाताना त्यांना दलित पीडितांना

त्यांच्या आत्मस्थितीची जाणीव करून देऊन परिवर्तनाचा संदेशही द्यावयाचा आहे.

'सिद्धता' : हे या काव्यसंग्रहातील दुसरे काव्य आहे. यामध्ये आर्यांच्या आगमनापासून थेट कुळवाडीभूषण शिवाजीराजाच्या कारकिर्दीचा अतिधावता सामाजिक आढावा घेतला आहे. परकीय आक्रमणांचा राजकीय इतिहास कथित करण्यापेक्षा त्यांनी लादलेल्या सामाजिक गुलामगिरीवर भर दिला आहे. येथे प्रामुख्याने स्त्रीवर लादलेल्या गुलामगिरीच्या ऐतिहासिक वर्णनात त्या गुंतल्या नसून स्थूलमानाने स्त्रीघटकावर लादलेल्या या ओझ्याची एक छबी प्रस्तुत केली आहे. अर्थात ही छबी १८९१ सालची असूनही ज्योतिबांच्या या विषयाच्या वर्णनापुढे फिकी आहे. ज्या उंचीवरून ज्योतिबांनी हा विषय चर्चिला, तेवढी विषयाची व्यापकता येथे नाही. त्यामुळे साहजिकच हे वर्णन एका छबीपुरते मर्यादित राहिले आहे.

स्त्री-गुलामगिरीच्या दास्यत्वाची चर्चा करीत असताना शूद्र, अतिशूद्र या घटकांवर आर्यांनी स्वार्थापायी लादलेल्या या गुलामगिरीचे, मनूमताचे खंडन करून स्त्री, दलित बहुजनांच्या वाट्याला आलेल्या पशुतुल्य जीवनमार्गाचा उल्लेख केला आहे.

जिथे अविचार, अज्ञान, मूर्खपणा आहे, तिथे धर्म काहीही करू शकत नाही. गुलामी तर काही करू शकत नाही. उलट, स्वधर्मामध्ये कोंडी निर्माण करते. त्यासाठी त्या म्हणतात,

अविचार अज्ञान मूर्खत्व जेथे
कसे काय राहील धर्मत्व तेथे
गुलामी कवाडी स्वधर्मास कोंडी
करी व्यर्थ धर्मांध आक्रोश तोंडी

सावित्रीबाई म्हणतात की, शूद्राची ही स्थिती असताना उपरोक्त घटकांना राजा शिवाजीने सतराव्या शतकात तारले. या स्वराज्यारोहणाच्या संकल्पाबद्दल त्या म्हणतात,

म्हणोनी शिवाजी स्वराज्या उभारी
समाजी अतीशूद्र लोकास तारी
मनुष्यात आणि सुखी ठेवी त्यांना
परी शिवसत्ता पुढे लाभली ना

स्वराज्याचे सुराज्य होण्यासाठी पुढे शिवसत्ता लाभली नसण्याची खंत त्यांच्या मनी होती असे दिसते.

परकीय आक्रमणात भरडल्या गेलेल्या स्त्री, दलित, बहुजनांच्या पराजयाचा सामाजिक इतिहास शोधण्याची पराकाष्ठा येथे आहे.

'पेशवाई' : हे सावित्रीबाईंचे अत्यंत महत्त्वाचे काव्य असून पेशवाईत कसा अनाचार माजला होता, याचे चित्र त्यांनी रेखाटले आहे.

पुढे पेशवाई तिचे राज्य आले
अनाचार देखी अति शूद्र भ्याले
स्वथुंकी थुकाया गळी गाडगे ते
खुणा नाशया ढुंगणी झाप होते.

स्वराज्यात आणि स्वधर्मात प्रजेची अवस्था वाघाच्या दाढेत अडकल्यासारखी झाली होती. शूद्रांना अत्यंत वाईट वागणूक मिळत होती. सर्वांना, समान वागणूक पेशवाईत मिळाली असती, तर 'शूद्र सारे स्वधर्मी राहती' असे सावित्रीबाई म्हणतात. रावबाजीच्या काळात एवढा अनाचार माजला होता की, रावबाजी विवाहित स्त्रियांना निमंत्रणे पाठवीत असे व पतीही निर्लज्जपणे आपल्या पत्नीला पाठवीत असत.

तुला बोलवी रावबाजी धनी ग
स्वपत्नीस धाडी निलजी पती ग
छळे ब्राह्मणाला अशी स्त्रैणशाही
मुखा बोलती ही जळो पेशवाई

शंकराचे पुण्यक्षेत्र लुटण्याइतपत पेशवाई माजली. पुढे या मूर्ख सत्तेचा विनाश झाला; पण त्याचे दु:ख कोणाला झाले नाही. पेशवाईने स्त्री-शूद्रांचा भयंकर छळ केला. त्यामुळे इंग्रजी राज्य आले, असे प्रतिपादन सावित्रीबाईंनी केले आहे.

'आंग्लाई' : ही चौथी कविता 'बावनकशी सुबोध रत्नाकर'मध्ये दिलेली आहे. आंग्लाई म्हणजे आंग्लशाही असा अर्थ आहे. या काव्यामध्ये इंग्रजी सत्तेचे वर्णन केले आहे. शूद्रांना, स्त्रियांना शिक्षणाची संधी उपलब्ध करून दिली. इंग्रजी सत्ता तशी शूद्रांचा विकास करण्यासाठी महत्त्वपूर्ण ठरली. त्या संदर्भात त्यांनी लिहिले आहे-

मनुष्ये शिकाया असे पात्र प्राणी
वदे आंग्लशाही अभिजात वाणी
म्हणोनी शिकाया डोळे आपणाला
स्त्रिया शुद्रा सारे शिके वाचायाला

आंग्लाईशी ज्योतिबांच्या कार्याची तुलना करून त्यांच्या कार्याची महती वर्णन केली आहे.

अशी अव्वली इंग्रजी रम्य साची
तशी स्फूर्तिदायी कथा ज्योतिबाची

जो मनामध्ये परस्त्रीबद्दल लालसा ठेवतो, ज्याच्यामध्ये सदाचार नाही; धर्म, नीती याचे भान नाही. अशी व्यक्ती हीनवृत्तीची असते, पशूसारखी असते, असे सावित्रीबाई या काव्यात म्हणतात,

मनी लोभ ठेवी परस्त्री धनाचा
सदाचार नाही पशू हाच साचा
अशा मानवाला नसे धर्म नीती
पशूसारखी त्याजला हीन वृत्ती
तयाचा हा जन्म वायाच गेला
तया शूद्र हा शून्य माणूस झाला

अशांचा जन्म वाया जातो; कारण त्यात माणसाची माणुसकीच उरत नाही.

'ज्योतिबा' : या काव्यात सावित्रीबाईंनी ज्योतिबांचे पूर्ण चरित्र वर्णन केले आहे. ज्योतिबांचा जन्म, आईवडील, आऊ, त्यांचे लहानपण, शाळेत जाणे, समाजाबद्दलचे चिंतन, शाळा काढणे, सावित्रीबाईंचे शिक्षण, शिक्षिका म्हणून शिकवण्यासाठी जात असताना दिलेला त्रास, त्यांनी केलेले सामाजिक कार्य यांसंबंधीची माहिती या काव्यामध्ये दिलेली आहे.

चिमा थोर माता पिता गोविंदाजी
तयाचे कुशी जन्मला ज्योतिबाजी
सती धन्य माता यती धन्य पिता
तया वंदिते आदरे ज्योतिबांना

खरे ज्ञान संपूर्ण घेऊन जोती
मनी स्फूर्ती सूचीर सेवा सुचिती
मुलींना तशी शूद्र मुलास शाळा
मुळारंभ ऐसा गुंफितो सुमाळा
स्वत:च्या विहिरी महारास वाटा
मनुष्यत्व दावी तयाचा सुवाटा
दलितास आदेश सद्बोध साचे
न भूतो चमत्कार जोती युगाचे

ज्योतिबांनी स्वत:च्या विहिरी महारांना खुल्या करून देऊन, वाट चुकलेल्या गर्भवतींना प्रसूतिगृहाची सोय करून देऊन, मनुष्यत्वाचा प्रत्यय आणून दिला.

समस्तास सोपा सत्यधर्म दावी

वदे उच्च वा नीच कोणी न भावी
किती पुस्तिका पुस्तकेही लिहिली
तशी काव्य सारंग गाणीही केली.

ज्योतिबांच्या चरित्राचा आत्मा यांनी वर्णन केला आहे. सहजता, स्वाभाविकता व ओज ही त्यांच्या काव्याची वैशिष्ट्ये आहेत आणि त्यांच्या कार्यातून जनसामान्यांना प्रेरणा मिळावी, हा उद्देश आहे.

'उपसंहार' : या काव्यात भारतातील (इंडिया) लोक पुराणे, कथा, दर्शने खूप वाचतात. त्यामुळे अंधश्रद्धा, कर्मकांडे याला उधाण येते. अशासाठी ज्योतिबा कार्य करतात. ज्योतिबांपेक्षाही सावित्रीबाईंनी सर्व कार्यात जास्त त्रास घेतला, तरी या सर्वांचे श्रेय त्या ज्योतिबांनाच देतात आणि त्यांना वंदन करतात. यात सावित्रीबाईंच्या मनाचा किती मोठेपणा दिसून येतो,

निराधार, दु:खी स्त्रियांचा पुढारी
दुबळ्या अडाणी जनांचा मदारी
कृती तैसा खरा ज्ञानयोगी
स्त्रीशूद्रा करता इही दु:ख भोगी
चिरंजीव जोती मनु उच्च झाला
नमस्कार माझा अशा जोतिबाला

'बावनकशी सुबोध रत्नाकर' या काव्यसंग्रहाचा आणि उपसंहार या काव्याचा शेवट करताना त्या म्हणतात,

जरी यातले थोडके ज्ञान झाले
तरी या श्रमाचे खरे चीज झाले
मला काव्य माझे कसे सत्य सांगा
मनोहार का रम्य तुम्हीच सांगा ।।५२।।

या काव्यरूपी ज्ञानामृतातून लोकांना थोडेजरी समजले, थोडे ज्ञान झाले तरी त्यांच्या श्रमाचे सार्थक होईल, अशी भावना व्यक्त केली आहे. तेव्हा ते काव्य कशा प्रकारचे आहे, कोणत्या दर्जाचे आहे, सुंदर आहे, मनोवेधक आहे, आनंद देणारे आहे हे त्यांनी सांगावे, असे आवर्जून सावित्रीबाई अगदी विनम्रपणे विचारतात.

शेवटी या 'बावनकशी सुबोध रत्नाकर' या काव्यसंग्रहाविषयी सांगताना असे म्हणता येईल, की हा काव्यसंग्रह म्हणजे भारताच्या सामाजिक उत्क्रांतीचा चालता बोलता इतिहासच होय. हा काव्यसंग्रह म्हणजे महात्मा फुले यांचे काव्यमय भक्तिचित्रण होय. सावित्रीबाईंनी ज्योतिबांचे चित्रण जरी केले असले, तरी त्यात सावित्रीबाईंच्या

कार्याचे, स्वभावाचे दर्शन होते.

सावित्रीबाईंच्या उज्ज्वल प्रतिभेचे दर्शन घडते. त्यांची निरपेक्ष तत्त्वप्रणाली, साध्यासोप्या शब्दांतून संदेश गळी उतरविण्याची किमया अत्यंत महत्त्वपूर्ण आहे. गतिमानता, सरलता, सुबोधता, स्वाभाविकता, निरपेक्षता ही त्यांच्या काव्याची वैशिष्ट्ये आहेत. प्रत्यक्ष जीवनानुभवातून घडत असल्यामुळे व त्याला अक्षरबद्ध केल्यामुळे काव्याला जिवंतपणा आलेला आहे. सखोल चिंतनगर्भता व वैचारिक प्रगल्भता यांमुळे काव्य उत्तम झालेले आहे. ज्योतिबांविषयी लिहिले गेल्यामुळे त्यात आत्मीयता व आदर आहे.

जनसामान्यांना समजावे, त्यांचे कल्याण व्हावे यासाठी त्यांनी भरपूर प्रयत्न केले आहेत. म्हणून काव्यसंग्रह सुबोध, सरळ व सुंदर झाला आहे.

पितपुराण : हा तिसरा काव्यसंग्रह सावित्रीबाईंनी लिहिला होता. सावित्रीबाईंनी या काव्यसंग्रहात पितृकुळातील आप्तांविषयीची कृतज्ञता व्यक्त केली आहे. पितपुराण आज मात्र दुर्मीळ आहे. त्याच्या उपलब्धतेबाबत कुठेही उल्लेख आढळत नाही.

अशा प्रकारे अनेक विषयांचे काव्यदर्शन सावित्रीबाईंच्या या 'काव्यफुले' व 'बावनकशी सुबोध रत्नाकर' या दोन्ही काव्यसंग्रहांतून होते. नव्यानेच लिहायला, वाचायला शिकलेल्या कवयित्रींच्या काव्यसंग्रहातून स्त्रीसुलभ, निसर्ग, मनुष्यस्वभाव, ऐतिहासिक परिस्थिती अशा अनेक प्रकारांतून काव्यलेखन करून मर्मभेदक, मनोरंजक, मनोहारी जीवनदर्शन, मनोप्रगल्भता अशी अनेक दर्शने त्या काव्यातून घडवावी, हे साध्या लेखिकेचे कार्य नाही. अतिशय प्रगल्भ वैचारिक अधिष्ठान असलेले कार्य आहे. आजही यातून अनेकांना प्रेरणा मिळेल असे वाटते.

∞

८.

सावित्रीबाई : एक सृजनज्योत

'पांडित्य आणि प्रतिभा असलेली १९ व्या शतकातील स्त्री म्हणून पंडिता रमाबाईंचा उल्लेख केला जातो. परंतु रमाबाईंपेक्षा दोन दशकांपेक्षा अधिक वर्षे आधी जन्मलेल्या सावित्रीबाई या दोन्ही गुणांत कमी नव्हत्या. त्या प्रतिभाशाली कवयित्री, उत्तम अध्यापिका, नि:स्वार्थी समाजसेविका आणि फुलेंच्या मृत्यूनंतर सत्यशोधक समाजाचे नेतृत्व करणाऱ्या महान नेत्या होत्या.'

अर्थातच सावित्रीबाईंची ज्ञानज्योत ज्योतिबांच्या देदीप्यमान ज्योतीच्या प्रेरणेने प्रज्वलित झाली होती हे वेगळे सांगण्याची गरज नाही. ज्योतिबांचे समाजक्रांतिकार्य हे महासागरासारखे विशाल आहे. स्त्री-शूद्र, दीन-दुबळ्यांच्या जागृतीसाठी आणि कल्याणासाठी त्यांनी आमरण जागरण केले. पक्षाघाताने आपला उजवा हात लुळा पडला असताना 'सार्वजनिक सत्यधर्म' हा ग्रंथ त्यांनी डाव्या हाताने लिहून राष्ट्राच्या पूजेची सांगता केली.

दीन-दलितांच्या व राष्ट्राच्या कल्याणासाठी ज्योतिबा आणि सावित्रीबाईंनी अत्यंत प्रतिकूल परिस्थितीत ज्या समाजक्रांतीचे निशाण या भारतदेशात भरभक्कम उभे केले, त्यास जगाच्या इतिहासात तोड नाही. त्यांच्या क्रांतिकार्याचा आवाका इतका व्यापक आणि विशाल होता की, त्यांनी दीन-दलितांच्या कल्याणासाठी कोणतीही गोष्ट करण्यास माघार घेतली नाही. रूढींच्या दुष्ट परंपरेत थंड गोळ्याप्रमाणे खितपत पडलेल्या बहुजन समाजासाठी त्यांनी चौफेर प्रयत्न केले.

या समाजाला विद्येची संजीवनी दिल्याशिवाय समाजामध्ये जागृती निर्माण होणे शक्य नाही हे जाणून प्रथम त्यांनी विद्येच्या प्रसारास हात घातला. स्त्री व शूद्र यांच्यासाठी अनेक शाळा उघडल्या. त्यांची जबाबदारी आपली पत्नी सावित्रीबाईंवर सोपविली. आवश्यक असे वाङ्मय निर्माण केले. हे जनजागरणाचे वाङ्मय होते.

जोतिबांनी जे काही लिहिले, ते कळकळीने व पोटतिडकीने लिहिले.

१९ व्या शतकातील बहुजन समाजाशी व स्त्री शूद्रांच्या भावनेशी ते एकरूप झाले होते. निर्मिकाने (देवाने) सर्वांना सारखे निर्माण केले असता विषमतेची ही भयाण-भीषण दरी का असावी? सर्वांना समान हक्क का असू नयेत? अशा प्रश्नांचे ते उत्तर शोधत होते. यासाठी प्रदीर्घकाळ जागरण करून सर्व धर्मग्रंथांचा त्यांनी सखोल व तुलनात्मक अभ्यास केला. त्यानंतर त्यांनी हिंदू धर्मातील किळसवाणे स्वरूप उघडे करून सत्यधर्म कोणता, हे सांगितले.

ज्योतिबांचे वाङ्मय हे मानवी समता, न्याय, स्वतंत्रता या मूलभूत तत्त्वांवर आधारित असे लोकवाङ्मय आहे. तो मानवी समतेचा व स्वातंत्र्याचा या देशातील पहिला जाहीरनामा होय. त्यासाठी त्यांनी गुलामगिरी, शेतकऱ्याचा आसूड, सत्सार भाग १ व २, इशारा, सार्वजनिक सत्यधर्म, ब्राह्मणांचे कसब, अखंडाची काव्यरचना, मनुस्मृतीचा धिक्कार इ. छोटे-मोठे ग्रंथ लिहिले. सत्यशोधक समाजाची स्थापना करून एक व्यासपीठ निर्माण केले. 'दीनबंधू' हे पत्रकही लोकांच्या दारापर्यंत पोचविले.

विष्णूशास्त्री चिपळूणकरांसारख्या उच्चभ्रू मंडळींनी ज्योतिबांच्या शाश्वत विचारांचा 'सूर्य' आपल्या दुबळ्या हातांनी झाकण्याचा प्रयत्न केला. १०० वर्षांत सातत्याने प्रयत्न केला, तरी ज्योतिबांचे विचार आणि वाङ्मय चिरंतन व शाश्वत ठरले. ग्रंथामध्ये नमूद केलेली 'विश्वकुटुंब' व 'विश्वकुटुंब कल्याणा'ची कल्पना व झेप पाहून ज्योतिबा भारताचे कार्ल मार्क्स ठरले.

सावित्रीबाईही मागे राहिल्या नाहीत. एवढे मोठे भक्कम स्वरूपाचे उदात्त विचार पुण्यश्लोक सावित्रीबाईंच्या समोर होते आणि म्हणून त्यांचा वसा घेऊन त्याही या लेखनविश्वात रंगल्या. ज्योतिबांसारखे निर्भीड, उदात्त विचार सावित्रीबाईंनीही आपल्या साहित्यरचनेत तितक्याच तळमळीने आणि पोटतिडकीने मांडलेले आहेत. भाषणेही त्याच प्रकारची आर्तता ठेवून केली आहेत.

सावित्रीबाईंचे कार्यही होते, साहित्यही होते, त्या एक, प्रतिभासंपन्न कवयित्री, उत्तम वक्त्याही होत्या, परंतु महाराष्ट्रातीलच व्यक्तींना बऱ्याच वर्षांपर्यंत हे माहीत नव्हते. त्यांना प्रकाशात आणण्याचे, वाङ्मय जनतेसमोर आणण्याचे महत्त्वपूर्ण कार्य डॉ. मा. गो. माळी यांनी केले. त्यांना जे साहित्य उपलब्ध झाले, त्यात पुढील साहित्याचा समावेश होता-

१) काव्यफुले - काव्यसंग्रह १८५४

२) बावनकशी सुबोध रत्नाकर - काव्यसंग्रह १८९२

३) मातुश्री सावित्रीबाईंची भाषणे व गाणी - विषय - उद्योग व विद्यादान १८९१

४) ज्योतिबांची भाषणे, १ ते ४ — संपादक सावित्रीबाई

५) सत्यशोधक परिषदेच्या अध्यक्षा म्हणून व अन्य ठिकाणी विविध विषयांवर केलेली भाषणे

६) ज्योतिबांना सावित्रीबाईंनी लिहिलेली पत्रे

आपण यापूर्वी त्यांच्या काव्यसंपदेचा विचार केलेला आहे. आता त्यांच्या भाषणांचा विचार करू. त्यांनी गाणी म्हटलेली आहेत, परंतु त्यांचा संदर्भ कुठेच, कोणालाच प्राप्त झालेला नाही.

मातुःश्री सावित्रीबाईंची भाषणे - १८९२ साली प्रसिद्ध झालेल्या पाच भाषणांमुळे त्या उत्तम वक्त्या होत्या हे लक्षात येते. उद्योग, विद्यादान, सदाचरण, व्यसने आणि कर्ज इत्यादी विषयांवर ही भाषणे आधारित आहेत. पुणे, सासवड, ओतूर, जुन्नर इत्यादी ठिकाणी ही भाषणे केलेली असावीत. सत्यशोधक समाजाचे कार्यकर्ते नारो बाबाजी महाघट पाटील यांनी सन १८९२ साली 'वत्सल प्रेस, बडोदा' येथून ही भाषणमाला प्रकाशित केली.

या संदर्भात डॉ. मा. गो. माळी यांचे म्हणणे असे होते की, ''मातुःश्री सावित्रीबाईंची भाषणे व गाणी' या शीर्षकाचे हे पुस्तक असले, तरीही यातील गाणी मात्र उपलब्ध झाली नाहीत.'

सावित्रीबाईंची ही भाषणे सर्वसाधारणपणे ज्योतिबा निवर्तल्यानंतरची असली, तरी पूर्व आयुष्यातील वैचारिक अनुभवाच्या बैठकीवर पक्की आहेत. सन १८९० ते १८९२ दरम्यान त्यांची आर्थिक घडी विस्कटली. त्यामुळे त्यांना आर्थिक चणचण निर्माण झाली. त्यातच ज्योतिबांच्या कार्याचा भार त्यांच्यावर येऊन पडल्यामुळे त्यांच्या या भाषणांमध्ये प्रचंड आक्रमकता दिसून येते.

सावित्रीबाई प्रथमत: काही उत्तम वक्त्या नव्हत्या. परंतु त्या त्यांचे कोणतेही विचार निर्भीडपणे, स्पष्टपणे मांडत होत्या. विद्यालये, महिला सेवामंडळ, स्त्री विचारवती सभा इत्यादींच्या अनुषंगाने त्यांनी निश्चित वक्तव्ये केली. ज्योतिबा गेल्यानंतर सत्यशोधक समाजाची जिम्मेदारी त्यांच्यावर येऊन पडली. ही जबाबदारी सांभाळत असताना त्यांना भरपूर अनुभव आले आणि त्या बोलू लागल्या. योग्य ते उपदेश करू लागल्या. हे त्यांचे सर्व कार्य म्हणजे त्यांची भाषणमाला होय. त्यांनी भरपूर भाषणे दिलीत. परंतु त्यांची प्रमुख पाच भाषणे उपलब्ध आहेत.

१) उद्योग, २) विद्यादान, ३) सदाचरण, ४) व्यसने, व ५) कर्ज ही ती पाच भाषणे होत.

१) उद्योग - तत्कालीन समाज हा केवळ निद्रिस्त अवस्थेत होता असे म्हणावे लागेल. स्वत:चे भले करणे, स्वत:ची स्थिती सुधारणे या बाबीही त्यांना दुसऱ्यांना सांगाव्या लागत असत. आळस, निष्काळजीपणा आणि कोणत्याही गोष्टीचे व्यवस्थित ज्ञान नसणे अशा स्थितिशील झालेल्या समाजाला सावित्रीबाईंना कृतिशील बनवावयाचे होते. त्यांना त्यांच्या जाणिवा, त्यांची कार्ये समजून द्यावयाची होती म्हणून 'उद्योग' या भाषणातून मार्गदर्शन केले.

त्यांनी प्रयत्नाला उद्योग म्हटले आहे. सदासर्वकाळ मेहनत करणे हा त्यांचा उद्योग शब्दाचा खरा अर्थ. विद्याभ्यास करणे, शेतीत राबणे, व्यापारधंदा करणे की ज्या योगे आपली उपजीविका होऊन इतरांच्या उपजीविकेला हातभार लावता येईल. म्हणजेच मनुष्यमात्राच्या सुखाला साधनभूत असे सर्व उद्योगधंदे या सदरात येऊन त्यांची सुखसमृद्धी होईल.

विनोबाजींनी शिक्षण त्रिसूत्रीमध्ये एक सूत्र 'उद्योग' हे सांगितले आहे. त्यांनी म्हटले आहे की, उत् + योग = उद्योग. श्रेष्ठ योग म्हणजे उद्योग. जीवन आणि शिक्षण या दोहोंना स्थान देणारी गोष्ट म्हणजे उद्योग. जीवनात जे उद्योगाचे स्थान ते शिक्षणातही असले पाहिजे. उत्पादकता ही समृद्धीची गुरुकिल्ली असली पाहिजे. याचाच अर्थ सतत कार्यावर भर दिला, तर समृद्धी येईल.

म्हणजेच विनोबाजींनी जे सांगितले ते त्यांच्या आधी १९ व्या शतकात सावित्रीबाईंनी सांगितले, हे महत्त्वाचे आहे.

उद्योगाविषयी बोलताना सावित्रीबाई म्हणाल्या होत्या की, 'मनुष्याच्या सुखात भर घालणारे पैसा हे एक मुख्य साधन असून त्याची गरज सर्व मानवांना असून ती उद्योगातून भागत असल्याविषयी सर्वांस विदित आहे. 'दे रे हरी पलंगावरी' किंवा 'बाबा हे जांभूळ माझ्या हाताजवळ पडले ते माझ्या तोंडात टाक.' असे म्हणणारा माणूस आळशी मनुष्य आहे, असे कोण म्हणणार नाही? यासाठी दिवसभर न थकता उद्योग करणे हा मनुष्याचा उत्तम धर्म असून तो त्याचा खरा कल्याण करणारा मित्र होय. या मित्राशिवाय कल्याण करणारा दुसरा कोणी मित्र जगाच्या पाठीवर नसतो, याची प्रत्येकाने खूणगाठ बांधून ठेवावी.

आळस हा मनुष्याचा शत्रू आहे. तेव्हा त्याच्याशी अजिबात मैत्री करू नये, असे सांगून पुढे 'देव' या संकल्पनेचा विस्तार करून उद्योग व मनुष्य यांच्यात ही संकल्पना शत्रुत्व निर्माण करीत असल्याचा आरोप त्यांनी केला आहे. त्या संदर्भात त्या म्हणतात की, 'देव हा एक काल्पनिक साहाय्यकर्ता आहे, असे बहुतेक लोक समजतात. पण हा सहाय्यकर्ता सत्य नसून बेभरवशाचा असून मानव आणि उद्योग

यांत भेद पाडून त्यांच्यात शत्रुत्व उत्पन्न करून माणसास आळशी बनवितो. पुढे त्या पाप-पुण्य, सुख-दुःखे, प्रारब्ध आदी संकल्पनांवर विश्वास ठेवल्याने दलित बहुजनांना हजारो वर्षे गुलामगिरीत खितपत पडावे लागल्याचे सांगून ही गुलामगिरी नष्ट करण्यासाठी 'उद्योग' करण्याशिवाय पर्याय नसल्याचे नमूद करून उद्योग हे दोन प्रकारचे असल्याचे त्यांनी स्पष्ट केले आहे.

सावित्रीबाईंनी उद्योग दोन प्रकारचे सांगितले. एक म्हणजे विचारी उद्योग आणि दुसरा म्हणजे विचारी नसलेला उद्योग. असे दोन भेद करून 'भीक मागणे' हा विचार नसलेला उद्योग असल्याचे स्पष्ट केले आहे, तर विचारी उद्योग हा श्रेष्ठ असल्याचे म्हटले आहे. पुढे उदाहरण सांगताना त्या म्हणतात की, युरोपियन मंडळींनी विचारी उद्योग आत्मसात केल्याने नवनवीन शोध त्यांनी लावले.

विचारी उद्योगाचा गरिबाशी संबंध नाही. म्हणून देव-प्रारब्धावर विश्वास ठेवणारे लोक गुलामगिरीत खितपत पडतात. या विचाराला पुष्टी देण्यासाठी त्यांनी हिंदू समाजाचे उदाहरण दिले आहे. हिंदुस्थानच्या गुलामगिरीला आळस व दैववाद कारणीभूत आहे, असे त्यांचे म्हणणे आहे.

उद्योगानेच शूद्र व अशूद्राची प्रगती होऊ शकते, हा आशावाद त्यांनी मांडला आहे आणि जनतेला शुभ संदेशही त्यांनी दिला आहे. 'उद्योग करीत राहणे हे मनुष्याचे आद्य काम असून तो त्यायोगेच सुखी होईल, हे मी तुम्हास खात्री देऊन सांगते. इंग्रजी सरकार येथील शूद्रादी अतिशूद्रांस ज्ञान देऊन उद्योगी बनविण्यास झटत आहे ही चांगली गोष्ट असून त्याबद्दल सरकारचे आभार मानले पाहिजेत. सरकारने काय करायला पाहिजे, हे मी सरकारला सांगितले आहे.'

सतत उद्योगी राहिल्याने मनुष्यच काय तर राज्यही किती पुढे जाऊ शकते याचे उदाहरण देताना सावित्रीबाई सांगतात की, 'युरोपियन लोकांनी उद्योग करून घड्याळे, दुर्बिणी, आगबोटी, आगगाड्या, गिरण्या यांचा शोध लावून जिकडे-तिकडे उद्योग सुरू केले. त्यांचे हे उद्योग त्यांच्या अचाट बुद्धीची फलनिष्पत्ती असून त्याचा उपयोग मनुष्यसुख वाढविण्यासाठी असून परंपरेने अज्ञानात खितपत पडणाऱ्या शूद्रादी अतिशूद्रांस उद्योगी बनविण्यास उपयुक्त होणारा आहे, यात यत्किंचितही संदेह नाही. युरोपियन लोक देवावर विश्वास ठेवणारे असते, तर ते अशा तऱ्हेने अद्‌भुत गोष्टी न करते. त्यांच्या उद्योगात वेळेचे फार महत्त्व असून ते कोणतेही काम वेळच्या वेळी करीत असून आपल्या आयुष्याचा काटेकोरपणे हिशेब करतात. इंग्रज लोकही पूर्वी रानटीच होते, परंतु रोमन लोकांच्या सहवासाने ते उद्योगी बनले.'

एकूणच सावित्रीबाईंचे भाषण म्हणजे मानवाची, समाजाची, राष्ट्राची प्रगती

उद्योगामुळे कशा प्रकारे होऊ शकते आणि आपण त्याचा स्वीकार करण्याचा अट्टाहास असे दमदार वक्तव्य आहे.

२) विद्यादान - हे सावित्रीबाईंचे दुसरे भाषण होय. प्रामुख्याने विद्यादान कसे श्रेष्ठ आहे हे सांगण्याचा त्यांचा प्रयत्न आहे. विद्यादान याचा अर्थ स्पष्ट करताना त्या म्हणतात की, 'आळस, परावलंबन वगैरे दुर्गुण न वाढण्यास व मनुष्याच्या अंगचे सद्गुण वाढण्यास उपयुक्त असा कोणता धर्म असेल तर विद्यादान होय. विद्या देणारा व विद्या घेणारा असे दोघेही या धर्माच्या योगाने खरीखुरी माणसे बनतात. या धर्माच्या शक्तीमुळे मनुष्यातील पशुत्वाचा लोप होतो. विद्या देणारा धैर्यशाली, निर्भय बनून विद्या घेणारा सामर्थ्यशाली शहाणा बनतो.

'व्यक्तीजवळ दया, उदारता, परोपकार वगैरे सद्गुण असून तारतम्याने व दूरदृष्टीने त्यांचा सदुपयोग न होता त्याचा भलताच परिणाम घडून आलेला आढळतो. गुन्हेगारास दया दाखविणे म्हणजे गुन्हेगाराच्या दुष्ट कर्मात भाग घेणे होय.'

दान कशा प्रकारचे चांगले असते, हे सांगताना सावित्रीबाई म्हणतात 'दान देणे हे चांगले असले तरी ते आपण मोठे दानशूर आहोत हे दाखविण्याच्या भावनेने दिले असल्यास ते सत्पात्री गेले असे होत नसून केलेले दान घेणाऱ्यास ऐतखाऊची सवय लावण्याचे कृत्य करते. द्रव्यदानासारखेच अन्नदानाच्या योगाने दुर्गुणांना वाढवून त्याचे परिणाम समाजास भयंकर भोगावे लागतात.

'आपत्ती या आळशी, व्यसनी व मूर्ख माणसांवर येतात. बऱ्याच अंशी त्याच्यावर आलेल्या आपत्ती या त्याच्याच अवगुणामुळे आलेल्या असून त्याला ती एक शिक्षाच असून त्यामुळे दुर्गुणी मनुष्याचे दुर्गुण नष्ट होण्यास उपयोग होतो.

'शिक्षा केल्याने व्यक्तीतील गुन्हा कमी होतो. कारण सरकार शिक्षा करते.' या भीतीने गुन्हेगार लोक चोरी, जबरी गुन्हे करण्यास वचकतात व त्यापासून दूर राहतात. तसेच दरिद्रीपणा, दु:खे, हालअपेष्टा इ. शिक्षेचे भय बाळगल्यास मनुष्याची सुधारणा होऊन आळस, अविचार, उधळपट्टी इ. दुर्व्यसने यापासून मनुष्य दूर होऊन उद्योगी बनेल. तो परावलंबी राहणार नाही. यावरून दानधर्म करण्याचा ज्यांना छंद आहे अशा लोकांनी आपल्या क्रियेचा काय परिणाम होईल याचा विचार करून ती कृत्ये केली पाहिजेत.'

इंग्रज भट आणि आपल्या देशातील भट यांच्यातील फरक सावित्रीबाई सांगतात,

'इंग्रज भट लोकांना विद्यादान करून त्यांना शहाणे करतात. हे खरे शहाणे भट. परंतु आमचे भट काय करतात? तर ते लोकांना अशिक्षित ठेवण्यात तरबेज

आहेत. ते पक्के मूर्ख आहेत. इराणी लोक, हूण लोक हिंदुस्थानात येऊन आपल्याच बापाचा हिंदुस्थान मानू लागले. मोगल हिंदुस्थानात येऊन राहिले. याचे कारण की हिंदुस्थानातील लोक अज्ञानी होते. म्हणून त्यांच्यावर परकीयांनी राज्य केले. इंग्रजांनीही १५० वर्षे राज्य केले; परंतु त्यांनी निदान शिक्षण तरी हिंदुस्थानातील जनतेला दिले. परंतु हिंदुस्थानातील लोक केवळ इतर जुलमांच्या खाली राहून पशुजीवन जगतात हे बरोबर नाही. विद्यादान करण्याविषयी व विद्या प्राप्त होण्यास लोकांस मदत करण्याविषयी येथील लोकांची वासना बळावेल, त्या वेळी हिंदुस्थान सुधारण्याच्या मार्गावर लागेल. त्यामुळे समाजाचे हित होऊन प्रत्येकाचे सुख वाढेल.

म्हणून त्या म्हणतात की, 'इंग्रज सरकारने शिक्षणप्रसाराचा आपला वेग वाढवून सारे लोक विद्या शिकल्याशिवाय त्यांनी येथून जाऊ नये.

'महार, मांगादी शूद्र, अतिशूद्र, धनगर, माळी, कुणबी इ. लोक राहत आहेत. त्या लोकांजवळ ज्ञान, कला, चिवटपणा वगैरे गुण आहेत; पण त्यांचा उपयोग आजपर्यंत सरकारने करून घेतला नाही. त्यांच्या गुणांकडे हेळसांड व दुर्लक्ष करून राजेलोकांनी राज्ये केली. शूद्रांजवळ अनेक गुण आहेत. परंतु त्या गुणांचा कसा व कोठे उपयोग करावा, हे त्यांना माहीत नाही. आपण कोणत्या वस्तूंचे उत्पादन केले पाहिजे, कोणता उद्योग केला पाहिजे हे समजत नाही. कोणी मार्ग दाखविल्याशिवाय ते काहीच करीत नाहीत. म्हणून ते उपाशी राहतात, तर कधी अर्धपोटी राहतात. यासाठी शासनानेच लक्ष देणे जरुरीचे आहे. सरकारने खेड्यातील लोकांना प्रत्यक्ष धंदे उभारून देऊन खेड्यातील कारागिरांनी आपल्या गुणांचा अधिक फायदा होईल असे वर्तन करावे. असे वर्तन जर केले नाही, तर परिस्थितीचा दोष त्यांच्यावरच येईल.'

यावरून आपल्या लक्षात येते की, सावित्रीबाई विचाराच्या पक्क्या होत्या. अनेक वर्षे जिद्दीने, तळमळीने शिक्षणक्षेत्रात चळवळ उभी केली. हाच आधार या 'विद्यादान' या भाषणाचाही आहे.

३) सदाचरण - सावित्रीबाईंचे सदाचरण हे तिसरे भाषण आहे. मनुष्याने आपल्या जीवनात अधिक सुख प्राप्त करून घेण्यासाठी सदाचरण हे व्रत आचरले पाहिजे. या व्रताने संसारातील सर्व दुःखांचा नाश होतो. हे व्रत करण्यासाठी पैशाची काहीएक गरज नसते. फक्त सदाचरणावर म्हणजेच चांगले आचरण करण्यावर निष्ठा पाहिजे. द्रव्याचा आणि सदाचरणाचा संबंध नाही, असे त्या म्हणतात.

देशातील प्रत्येक व्यक्तीचा संसार सुखाचा व्हावा अशी त्यांची आंतरिक इच्छा. 'वसुधैव कुटुंबकम्' अशी त्यांचीही कल्पना आहे आणि म्हणून त्यासाठी

'सदाचरण' हा उत्तम उपाय त्या सांगतात. सदाचरणाचे व्रत कसे पाळावे या संदर्भात त्या सांगतात, 'सदाचरणावर सतत पूर्ण निष्ठा ठेवावी. मनुष्याने सर्वकाळ काहीतरी परोपकार, सत्कृत्ये करण्याचा उद्देश मनात धरून तो चिकाटीने तडीस नेण्याची काळजी घेतली पाहिजे. सदाचरणी मनुष्यावर लोकांचा विश्वास बसतो. हा खराखुरा मनुष्य आहे, तो खोटे बोलत नाही अशी लोकांत खात्री असल्यामुळे त्याच्याशी खोटे बोलण्यास ते भितात. यास्तव सदाचरण हा गुण अंगी बिंबवण्यासाठी आपल्या भोवताली वावरत असलेल्या सदाचरणी मनुष्याचे आचरण कित्यासारखे गिरविले पाहिजे. म्हणजे आपणास सदाचरणाचे व्रत चांगले असून त्यायोगे त्याचे फळ मिळेल व आपला संसार सुधारेल याची खात्री पटेल.'

विद्येमुळे सदाचरणाचे व्रत पार पाडण्यास व्यक्ती कशा प्रकारे समर्थ होऊ शकते, हे सांगण्यासाठी त्यांनी पुणे शहरात राहणाऱ्या बल्लाळपंत गोवंडे या गृहस्थाचे उदाहरण देऊन स्पष्ट केले आहे. हे गृहस्थ आणि त्यांच्या पत्नी दोघेही सदाचरणी वर्तन करणारे. लोकांना मदत देण्यास सतत दक्ष असायचे. त्यांच्या मुलाचे नाव त्यांनी सदाशिव ठेवले. तो मोठा झाल्यानंतर त्याला शिक्षण घेण्यासाठी पाठविले. कारण हे मातापित्यांचे कर्तव्य असते. त्या पुढे असे म्हणतात की, 'जे जे मातापिता आपल्या पुत्रास शिकवीत नाहीत, ते पुत्राचे व कन्येचे शत्रू असतात, असे समजावे आणि म्हणूनच आईबापांनी आपल्या मुला-मुलीस विद्या शिकवावी. त्या विद्येमुळे सदाचरणाचे व्रत ते पार पाडू शकतील.

विद्येचे महत्त्व सदाशिवाला त्याचे वडील सांगत होते नि अशा प्रकारे उपदेश करीत होते, जेणेकरून तो त्यानुसार आचरण करेल आणि त्याप्रमाणे घडलेही. याविषयी सविस्तर सांगताना सावित्रीबाई म्हणतात की, विद्या हे मनुष्याचे श्रेष्ठ धन आहे.

> "विद्या वित्त विहीनेन किंकुलीनेन दोहिनाम्
> अकुलीनोपि यो विद्वान दैवतेरपि पूज्यते"

याचा अर्थ असा की, विद्या-धन-रहित जो मनुष्य तो मोठ्या कुळातला असला, तथापि त्यास कोणी विचारीत नाही तुच्छ समजतात. हीन कुलीन असूनही तो विद्यावंत असेल तर, त्याची पूजा देवही करतात. तो लोकांत मान्यता पावतो.

याप्रमाणे तो सदाशिव आईबापांचा उपदेश ऐकून सदाचारी राहतो, तो चांगला शिकला. कलेक्टरच्या हाताखाली काम करण्यास लागला. एकदा त्यास दिली गेलेली लाच त्याने नाकारली.

एकूणच असे लक्षात येते की, वडिलांच्या सदाचरणाचा परिणाम मुलावर

झाला आणि त्याला चांगले-वाईट, सत्कर्म-दुष्टकर्म, न्याय-अन्याय या बाबी कळल्या व विवेकाने तो वागू लागला. त्यामुळे समाजात त्यालाही योग्य स्थान मिळाले.

४) व्यसने - सावित्रीबाईंनी चौथ्या भाषणासाठी 'व्यसने' हा विषय घेतला कारण तत्कालीन परिस्थितीमध्ये व्यसन करण्याचे प्रमाण अतिशय वाढलेले होते आणि त्यापासून होणारा परिणाम सावित्रीबाईही जाणून होत्या म्हणून त्यांनी व्यसनाचा अव्हेर लोकांनी करावा यासाठी या विषयावर भाषण दिले.

त्या म्हणतात की, 'व्यसन हे मनुष्यास अधिक दु:खे प्राप्त करून देण्याचे दुष्कृत्य आहे.' स्वत:च्याच दु:खाचा विसर पडण्यासाठी, आपल्या मनाला लागलेल्या एखाद्या बाबीची तीव्रता कमी करण्यासाठी मनावरील ताण-तणाव कमी करण्यासाठी प्रामुख्याने व्यसन केले जाते, परंतु व्यसन करणाऱ्याला हे माहित नसते की त्याचे दु:ख कमी न होता उलट वाढतच जाते व शेवटी एखाद्या गर्तेत जाऊन पडतो. व्यसन नावाचा अजगर त्याला मुळापासून गिळंकृत करतो. हे नेहमी व्यवहारामध्ये पाहण्यास मिळते याचा अनुभव सावित्रीबाईंना होता आणि म्हणून त्यांनी व्यसनाचे भयंकर परिणाम भाषणातून व्यक्त केले.

सावित्रीबाई म्हणतात की, 'व्यसनाने संसारसुखाचा घात होतो, दारू, भांग, अफू, विडी, चिलीम इत्यादी व्यसने असून शरीराची, पैशाची व संसाराची हानी होते. व्यसनापासून मनुष्याची बुद्धी नष्ट होते व माणुसकी नष्ट होते. म्हणजेच व्यसन हे मनुष्याची प्रतिष्ठा वाढविणारे नसून मनुष्यत्वास बाधा आणणारी बाब आहे म्हणून ती विलंब न करता लवकर सोडून द्यावी.'

व्यसनाचे अधिक होणारे परिणाम त्या समजून देतात, व्यसनाधीन व्यक्तीच्या जीवनाची वाताहत कशी होते ते सांगतात, गांजा-तंबाखू चिलिमीनी ओढणाऱ्या व्यक्ती जास्त दिवस जगत नाहीत, त्यांचे शरीर दुर्बल बनते. जर्जर होऊन तडफडून शेवटी मरतो. मनुष्याला व्यसन लागले की, ते करण्यासाठी घरातील सर्व सामान, कपडालत्ता तो विकतो. दुसऱ्या मदतीला असणाऱ्या व्यसनी व्यक्ती त्याही हेच करतात कारण त्यांचा विचार पिंड धुंद होतो, व्यसनामध्ये मनुष्यत्व विसरून जाते व व्यसनाच्या धुंदीत मी कोण, माझी योग्यता काय हे त्यास समजत नाही. सदा काहीतरी बरळत राहतो.

व्यसनाधीन माणसाची समाजातच काय तर कुटुंबातही काडीचीही किंमत राहत नाही. लोक विनाकारण हवी तशी टिंगल करतात. सभ्य व्यक्ती मात्र त्यांच्यापासून चार हात दूर राहतात. लोकांकडून उधार घेतलेल्या पैशांचा डोंगर होतो तो देणे होत नाही. लोकही फार त्रास देतात आणि व्यसन सुटत नाही. त्यामुळे पैशाची हानी व

संसाराची परवड होऊन व्यसनी लोक लवकरच धुळीस मिळतात,''

ही सर्व परिस्थिती सावित्रीबाईंनी सांगितली एवढेच नव्हे, तर आपले म्हणणे चूक नाही ते सर्व सत्य आहे हे पटवून देण्यासाठी एका व्यसनाधीन व्यक्तीचे उदाहरणही दिले. 'उसूली नावाच्या गावातील पाटलास दारूचे व्यसन जडले होते. तो त्यामुळे फार अनाचारी बनला. तसेही तो विद्याहीन होता त्यामुळे 'विवेक' नावाची गोष्ट माहिती नव्हती. सर्व व्यसनी लोक, दुराचारी लोक मित्र बनतात. सज्जन लोक मात्र त्यांच्यापासून दूर पळतात, व्यसनाने अनेक दोष त्यांच्यामध्ये जडतात. 'मद्यपीच्या घरी अवदसा वास करी' या म्हणीप्रमाणे त्यांच्या घरी अवदसा म्हणजेच घरात काहीही राहत नाही. पशुतुल्य सर्व कार्य असतात हे सर्व गोऱ्या अधिकाऱ्यांना कळले आणि त्याची पाटीलकी काढून घेतली व लगेचच तो मरण पावला.'

'तेव्हा व्यसनाधीनता हा शौक नाही, इंग्लिश दारू पिणे ही प्रतिष्ठा नाही. वानगीदाखल एक दोनदा घेतो म्हणणे हेही बरोबर नाही तर ते काटेरी झुडूप आहे. त्याला हात लावले की काटे बोचतात असे म्हणून त्याच्यापासून दूर राहवयास पाहिजे ही खरी हुशारी आहे.'

या सर्व बाबी सर्वसामान्य लोकांना कळाव्यात, ते त्याच्यापासून दूर राहिले पाहिजेत म्हणून त्या तुकाराम महाराजांच्या अभंगाचा दाखलाही देतात. तुकाराम महाराजांनी या संदर्भात म्हटले होते,

'सत्यकर्मे आचरे आचरे : सत्यकर्मे आचरे रे ।
सत्यकर्मे करील हित : वारेल दुःख असत्याचे ।
सत्य रुचे भलेपण : वचन ते जगासी
जेणे वाढे अपकिर्ती : सर्वार्थी ते त्यजावे
तुका म्हणे खोटे वर्ज्य : निंद्य कर्म काळिमा ।।

अर्थात सत्यकर्माचेच आचरण केले पाहिजे. तेच हिताचे असते. तेच दुःखसुद्धा कमी करते. सत्यवचन लोकांना आवडते, जगाला आवडते. ज्यामुळे अपकिर्ती होईल असे कार्य टाळावे. खोटेपणा वर्ज्य करावा. निंदनीय कार्य काळीमा फासणारे असते.

याचाच अर्थ नेहमी सत्य आचरण, चांगले आचरण केले पाहिजे. समृद्ध, संपन्न, सुखी जीवनासाठी व्यसनांना दूर ठेवण्याचा केलेला त्यांचा आग्रह महत्त्वाचा आहे. या भाषणातून व्यसनमुक्त जीवनाची मशागत केली आहे, ती बहुजन लोकांसाठी उपयुक्त आहे.

५) कर्ज - सावित्रीबाईंनी पाचवे भाषण 'कर्ज' यावर दिले. कर्जापायी मनुष्य कसा कंगाल होतो. कुटुंबाची कशी वाताहात होते आणि जीवनाची पूर्णतः राखरांगोळी

होते. आपल्या देशात विशेषत: गरिबी असल्यामुळे लोक कर्जे काढतात आणि कर्जे फेडणेही होत नाही याची जाणीव सावित्रीबाईंना होती. म्हणून त्यांनी या विषयावर उपदेशपर भाषण केले.

त्या म्हणतात की, कर्ज काढायचे आणि त्या पैशाने सण साजरा करावयाचा आणि पुढेही ऋणाच्या दाढेत आपला संसार दु:खी करावयाचा हा वेडेपणाच आहे. कर्ज काढले की, ते फिटवणे होत नाही. या संदर्भात ज्योतिबांनीसुद्धा एक उत्तम उदाहरण दिले होते. ते असे की, लोक प्रथमत: गरज भागविण्यासाठी छोटेसे कर्ज काढतात. परंतु त्या कर्जावर सुमार व्याज वाढत जाते. या छोट्याशा कर्जाला त्यांनी उंटाचे पिलू म्हटले होते की घरात आणताना छोटे असते म्हणून येऊ शकते. परंतु त्या रकमेवरील व्याजाचा डोंगर एवढा मोठा होतो की, ते कर्ज फिटवू शकतच नाही. छोट्या स्वरूपात आणलेले उंटाचे पिलू आता मोठा उंट होतो. कर्जाचा मोठा डोंगर तयार होतो आणि घरातून बाहेर पडू शकत नाही. म्हणून कर्ज काढणेच मुळात वाईट आहे.

सावित्रीबाईंना याची सर्व प्रकारची जाणीव होती. त्या म्हणायच्या की, खेड्यात कर्जबाजारी लोक असतात त्यातले कित्येक कामधंदा करीत नाहीत. आळशी असतात. आपण काहीतरी उद्योग करून जगावे व कुटुंबातील माणसास थोडाफार हातभार लावावा. अशी त्यास बुद्धीच होत नाही. आरामात सुख मिळावे असे त्यास वाटते व ते न मिळाले म्हणजे दुसऱ्या मनुष्यास दोष लावतात व आपला निरुद्योगी अवगुण झाकू पाहतात. काही लोक कर्ज काढतात व आपल्या अंगी असलेले उद्योग, चातुर्य, धाडस, बुद्धी, पराक्रम, उत्साह हे षट्गुण हरवले जातात.

याच्या समर्थनार्थ पद्यात्मक उदाहरण दिले आहे.

शेटजीचे कर्ज जो घेई
तयाचे सुख दूर जाई
संकटाने हैराण होई
बेजार होई कर्जदार
कर्जाने लागतसे चिंता
घालवी सारी मालमत्ता
संसारात वाढती गुंता
आणि अहंता ऋणकोची

कर्ज काढणे ही आत्मनाशाची अपप्रवृत्ती आहे. या अपप्रवृत्तीची व्याप्ती लक्षात घेऊन सुखी संसार करणाऱ्या खेड्यातील खंडोबा आणि पिरोबा यांची कथा सांगितली

आहे की कर्ज काढणे हे अनर्थाचे मूळ असून ते सर्वस्वाचे दिवाळे कशाप्रकारे काढते.

'एका खेडेगावात खंडोबा आणि पिरोबा यांचे सधन कुटुंब शेती करून आपला जीवनचरितार्थ चालवीत होते. मुले-मुली होती. आनंदाने राहत होते. बाहेरगावातून एक गृहस्थ त्या गावात आला. त्याच्याजवळ स्वत:च्या वस्तूशिवाय कोणतेही सामान नव्हते. खंडोबा व पिरोबा यांना दया आली. त्यांनी छोटेसे घर बांधून दिले, उसने पैसे देऊन दुकान टाकले. तो व्यापारविद्येत हुशार होता. थोडा पैसा जमा होताच त्याने गावातील लोकांना कर्जे देण्यास सुरुवात केली. कर्ज देणे, वस्तू गहाणात ठेवून पैसे देणे, यामुळे तो धनवान बनला. सेठ बनला.

'एवढ्यातच खंडोबा आणि पिरोबा यांनी मुलीच्या लग्नासाठी ५००/- रुपये कर्ज म्हणून घेतले. ते फिटवू शकले नाही. रक्कम, त्यावरील व्याज व त्यावरील चक्रव्याढ व्याज त्यामुळे घेतलेल्या ५०० रुपयांचे १५००रुपये झाले. कर्ज फिटविण्यासाठी दोघेही शेतात जे उत्पन्न व्हायचे ते शेटजींना द्यायचे. परंतु त्यामुळे मुद्दल रक्कम कमी होत नव्हती. कारण कर्ज, त्यावर व्याज व त्यावर चक्रव्याढ व्याज हे चक्र थांबत नव्हते. ते शेटजींशी भांडायला लागले. काही उपयोग नव्हता. शेठजी कोर्टात गेला. निर्णय शेठजीच्या बाजूने लागला. जमिनीचा लिलाव करून त्याने आपला सर्व पैसा वसूल करून घेतला आणि त्यांना गाव सोडावे लागले.

'थोडीशीही खंत त्या शेठजीस वाटली नाही आणि ५०० रुपयांचे कर्ज, परंतु खंडोबा आणि पिरोबा मात्र देशोधडीला लागले. 'बरं करता ब्रह्महत्या' अशी वाईट स्थिती मात्र खंडोबा आणि पिरोबा यांची झाली.'

यात खेड्यातील मानसिकतेला आव्हान करण्याचे काम केले आहे. कर्जात बुडालेल्या खेड्यातील व्यक्तीला आत्मभान देण्याचे काम या भाषणातून झालेले आहे.

समालोचन - सावित्रीबाईंची ही पाच भाषणे म्हणजे ग्रामीण विभागातील व्यक्तीसाठी पंचतंत्र आहे. ही पाचही भाषणे विद्येशी, शिक्षणाशी संबंधित आहेत. लोकांनी शिक्षण घेतले व सारासार विवेकाचा उपयोग केला, तर भविष्यात परत सांगण्याची गरज पडणार नाही. म्हणून त्यांनी अट्टाहास धरला आहे की, 'शिक्षण घ्या, विचार करा व कार्य करा.'

कारण ही भाषणे केवळ कल्पनेची भरारी नाही तर ती वास्तविकता आहे आणि ज्यांच्यासाठी ती आहेत त्यांच्या भाषेत आहे, त्यांच्या व्यवहाराशी संबंधित आहे म्हणून त्यांच्या हृदयाशी जाऊन भिडतात व त्यातून निश्चितच कार्यनिष्पत्ती तत्कालीन परिस्थितीमध्ये या भाषणामुळे झाली.

यातून बहुजनाप्रति सामान्य लोकांप्रति असलेली सावित्रीबाईंची तळमळ

दिसून येते. त्यांनी अनेक भाषणे केली असतील, अनेक प्रकारचे विषय त्यांनी हाताळले असतील; परंतु ती उपलब्ध नाहीत. ज्योतिबा निवर्तल्यानंतर सत्यशोधक समाजाची धुरा त्यांनी सांभाळली, परंतु तेव्हाचीही त्यांची भाषणे उपलब्ध नाहीत.

म्हणून सावित्रीबाईंची भाषणसंपदा म्हणजे केवळ पाच भाषणे असे हे समीकरण नाही. त्यांच्या भाषणांचा आवाका फार मोठा असेल आणि त्या वेळी सावित्रीबाई जे काही बोलत होत्या ते सर्व जनसामान्यांसाठी होते, शूद्रासाठी होते स्त्रियांसाठी, परंपरा, जुन्या चालीरीती, अंधश्रद्धा मोडीत काढण्यासाठी होते. त्यांच्या प्रत्येक शब्दात, प्रत्येक वाक्यात, प्रत्येक भाषणात आत्यंतिक तळमळ होती.

शेवटी हेही महत्त्वाचे आहे की, केवळ त्यांनी भाषणे दिली नाहीत, उपदेश केले नाहीत, निवेदने केली नाहीत; तर स्वत: त्याप्रमाणे समोर जाऊन, स्वत:चा संसार बाजूला ठेवून समाजाचा, देशाचा संसार केला.

'बोले तैसा चाले त्याची वंदावी पाऊले' ही तुकाराममहाराजांची उक्ती फुले- दांपत्यासही सार्थ आहे आणि आजही ती समर्थनीय व अनुकरणीय आहे.

OO

९.

सावित्रीबाईंचे पत्रलेखन

कुणाचे वैयक्तिक पत्र वाचू नये म्हणतात आणि आम्ही तर सावित्रीबाईंची पत्रे सतत वाचत आलो आहोत आणि वाचत राहणार आहोत; तर असे का? कारण की सावित्रीबाईंनी ज्योतिबांना लिहिलेली पत्रे जरी असतील तरी त्यांचा मथळा तेवढा वैयक्तिक आहे, खाजगी आहे; परंतु बाकी पत्रांचा आशय सामाजिक आहे.

सावित्रीबाईंनी नायगाव आणि ओतूरहून ज्योतिबांना तीन प्रसंगांसाठी पाठवलेली तीन पत्रे आहेत. दि १० ऑक्टोबर १८५६ ला पहिले पत्र नायगावहून, दुसरे पत्र २९ ऑगस्ट १८६८ ला नायगावहून पाठविलेले व तिसरे पत्र २० एप्रिल १८७७ ला ओतूरहून लिहिलेले आहे.

समाजाची काळजी वाहणाऱ्या फुलेदांपत्याची पत्रे कशी असणार त्यांच्या प्रत्येक पत्राच्या वाक्यावाक्यामध्ये सभोवतालच्या समस्या चित्रित झाल्या आहेत. ती पत्रं म्हणजे तत्कालीन समाजाचा आरसा आहे. सुधारकाच्या संदर्भात तत्कालीन समाजाची मानसिकता या पत्रांमध्ये रेखाटली आहे तसेच या पत्रांना वाङ्मयीन मूल्ये आहेत, समाजकार्याचा एक जाहीरनामा आहे. या पत्रांमध्ये समाजकार्याची, समाजसुधारकाच्या निश्चित ध्येयाची रूपरेषा दिसून येते.

तत्कालीन समाजाचे चित्रण, व्यक्तीचे स्वभाववैशिष्ट्य आणि सुधारकाची अगतिकता चित्रित केली आहे. प्रसंगाची भयानकताही त्यातून जाणवते.

या पत्रांमध्ये सावित्रीबाईंचा वैयक्तिक प्रक्षोभ कोणताच जाणवत नाही. खरे म्हणजे त्यांच्या जीवनातील वैयक्तिक घडामोडी यावयास हव्या होत्या. पण तसे झाले नाही. ती पत्रे पूर्णत: सामाजिक आहेत; सामाजिक समस्या व काळजीने व्याप्त आहेत. फुले- दांपत्याला वैयक्तिक असे जीवन उरलेच नव्हते. संपूर्ण समाजच त्यांचा संसार झालेला होता आणि या संसारातच घडलेल्या, घडत असलेल्या घटना पत्रांमध्ये विदित झालेल्या आहेत.

पत्र क्र १ : १०-१०-१८५६

हे पत्र सावित्रीबाईंनी नायगावहून ज्योतिबांना पाठविले आहे. यात ज्योतिबांना त्यांनी सत्यरूप असे म्हटले आहे. कारण ज्योतिबांनी प्रत्येक गोष्टीचे सत्य उकलून दाखवून लोकांपुढे मांडण्याचा प्रयत्न केला आहे व त्यातील ज्या अनावश्यक आणि समाजाला विघातक बाबी आहेत त्या समाजापुढे मांडून त्यांचे निराकरण करण्याचा प्रयत्न केला आहे. म्हणून ते सत्यरूप दाखवून देणारे आहे.

फुलेदांपत्य घरावर तुळसीपत्र ठेवून शूद्रांसाठी, स्त्रियांसाठी जी काही कार्ये करीत होते, ती सावित्रीबाईंच्या भावाला पटत नव्हती. म्हणून ते नेहमी सावित्रीबाईंना कार्य सोडून देण्याविषयी म्हणत होते. म्हणून त्यांनी ज्योतिबांना भावाचे व त्यांचे या संदर्भांत काय बोलणे झाले ते पत्रातून विशद केले आहे. 'तू व तुझा नवरा वाळीत असून आपल्या कुलास बट्टा लावणाऱ्या आहेत. यास्तव सांगतो की, तुम्ही नवरा-बायकोने जातिरूढीस अनुसरून व भट सांगेल त्याप्रमाणेच आचरण करावे.' असे म्हटले म्हणून सांगतात आणि तो का बरं हे म्हणतो, हेही सांगतात. भाऊ तसा दयाळू पण कोत्या बुद्धीचा असल्यामुळे त्यांनी तुम्हास व मला दूषणे देऊन आपली निंदा करण्यास कमी केले नाही.

ज्योतिबांना राग येईल म्हणून निरवानिरव त्या प्रथम पत्राच्या प्रारंभीच करून ठेवतात. पत्राच्या सुरुवातीला स्वत:ची तब्येत आता चांगली झाली आहे आणि या दुसऱ्यामध्ये भावाने अपरिमित श्रम घेऊन त्यांची सेवा केली आहे, हे ही सांगतात की जेणेकरून भाऊ जे काही पुढे बोलतो आहे ते अगदी प्रेमाच्या भावनेतून बोलतो आहे, भटभिक्षुकासारखे बोलत नाही असे ज्योतिबांना वाटावे, असे सावित्रीबाईला वाटते.

सावित्रीबाईंनी नंतर पत्रामध्ये भावाला काय उत्तर दिले, हेही पत्रातून कळविले आहे. 'भाऊ, तुझी बुद्धी कोती असून भट लोकांच्या शिकवणीने दुर्बल झाली आहे. तू शेळी, गाय यांना जवळ घेऊन कुरवाळतोस. नागपंचमीस विषारी नाग पकडून त्यास दूध पाजतोस. महार-मांग हे तुझ्यासम मानव आहेत. त्यांस अस्पृश्य समजतोस त्याचे कारण सांग? असा त्यास प्रश्न केला. भटलोक सोवळ्यात असता तुझा विटाळ मानतात. तुला महारच समजतात.' माझे बोलणे ऐकून तो लज्जित झाला व विचारू लागला,

'महारमांगांना तुम्ही कशासाठी शिकवता? याविषयी लोक तुम्हाला अपशब्द देऊन त्रास देतात. हे मला ऐकवत नाही.' मी त्यास इंग्रज लोक महारमांगांसाठी काय काय करतात हे सांगून विद्याहीनता ही पशुत्वाची खूण आहे. भट लोकांच्या श्रेष्ठत्वास

आधारभूत विद्या हीच होय. तिचा महिमा मोठा आहे. जो कोणी तिला प्राप्त करून घेईल, त्याची नीचता दूर पळून उच्चता त्याचा अंगिकार करील. माझे स्वामी देवमाणूस आहे. त्याची सर या देही कोणाला येणार नाही. महारमांगांनी शिकावे व माणूस म्हणून जगावे या कारणास्तव भटगुळांशी झगडत खटाटोप करणारे ज्योतिबा स्वामी महारमांगांना शिकवितात व मीही त्यांस शिकविते. पण त्यात अनुचित काय आहे? आम्ही उभयता मुलींना शिकवितो, बायांना शिकवितो, महारमांगांना शिकवितो हेच ब्राह्मणांना अपायकारक होणार या समजुतीच्या कारणास्तव ते आमच्या माणूसधर्माच्या कामास अब्रह्मण्यम अब्रह्मण्यम करीत निंदा कुटाळक्या करतात व तुझ्यासारख्याच्या मनात किल्मिष पेरतात.

तुला स्मरत असेल की, गुणग्राही इंग्रज सरकारने एक समारंभ घडवून त्यात त्यांच्या नवऱ्याच्या कार्याचा गौरव करून आदरसत्कार घडवून दुर्गती दुर्जनास लाजविले. तुला मी खात्रीपूर्वक बोलते, माझा नवरा तुझ्यासारख्या वारकऱ्यांप्रमाणे नुसते हरिनाम घेत वाऱ्या करीत नसून प्रत्यक्ष हरीचे काम करीत आहे. त्यास मी मदत करते. हे काम इतके आल्हादकारक होते की, त्यायोगे मला परमानंद होतोच होतो. याव्यतिरिक्त मनुष्याची स्थिती दृग्गोचर होती. माझे भाऊ व आई एकाग्र चित्ताने ऐकत राहिली होती. भाऊ पश्चात्ताप पावून याचना करता झाला. आई बोलली, सावित्री तुझ्या जिव्हेत सरस्वती नांदत असावी. तुझे ज्ञान ऐकून मी कृतार्थ झाले. दोघांच्या उद्गाराने मात्र माझे अंत:करण समाधानाने भरून आले.'

सावित्रीबाईने पत्रात एवढे लिहिल्यानंतर त्यांच्या भावाच्या बोलण्याचा निष्कर्ष त्यांनी काढला की, 'इथेही आपल्या जन्मगावी असे बोलणारे काही लोक आहेत आणि म्हणून त्या पुढे पत्रामध्ये लिहितात की, यावरून तुमच्या ध्यानात येईल की, पुण्यात 'आपल्याविषयी' दुष्टावा माजविणारे विदूषक पुष्कळ आहेत तसेच येथेही आहेत. त्यांना भिऊन आपण हाती घेतलेले कार्य का सोडून द्यावे? सदासर्वदा कामात गुंतावे. भविष्यातले यश आपलेच आहे.'

किती धीरगंभीर वाणी आणि किती आशावाद आहे! त्या जाणून होत्या की आपण हाती घेतलेल्या कार्यात यश मिळणारच आहे आणि या मजबूत आशावादानेच सावित्रीबाईंना सर्व कार्यात यश मिळवून दिले.

समाजसुधारकांना घराच्या उंबरठ्यापासून कसा संघर्ष करावा लागतो, याचे उदाहरण म्हणजे हे पत्र होय. प्रथमत: त्यांना त्यांच्या भावालाच प्रतिवाद समजून द्यावा लागला. बाहेरचे लोक तर वेगळेच होते. परंतु हा प्रतिवाद समजून देताना, भावाची कानउघडणी करीत असताना, तो भाऊ आपल्यापेक्षा लहान आहे, जाऊ

द्या, माहेराशी तडजोड म्हणून त्याच्या बोलण्याकडे दुर्लक्ष करावे अशी भूमिका न घेता खऱ्या समाजसुधारकाला शोभेल अशी भूमिका त्यांनी घेऊन त्यांच्याच शैलीत, आपल्या आईच्या समोर भावाची सौम्य शब्दांत कान उघडणी केली हे विशेष महत्त्वाचे.

समाजसुधारकाची कार्यपद्धती नेहमी प्रवाहाच्या विरुद्ध दिशेने वाहत असते. सुधारकांना सख्खे अनुयायी अति अल्प असतात. समाजसुधारकांच्या कार्यात मदत करण्याऐवजी त्याचे पाय ओढणारे असतात. अशाही परिस्थितीत तो काळाच्या पुढे धावत असतो; परंतु प्रतिगामी आपल्या संपूर्ण शक्तीनिशी त्याचा विरोध करीत असतो. अशा वेळी सुधारकाची दमछाक होते; परंतु खरा सुधारक या बाबीला पुरून उरतो. अशा या पार्श्वभूमीवर या पत्राचा संदर्भ वैयक्तिक न राहता सामाजिक बनतो आणि म्हणूनच आपण त्याचा अभ्यास करू शकतो.

पत्र क्र. २ : २९-८-१८६८

हेही दुसरे पत्र सावित्रीबाईंनी नायगाववरून ज्योतिबांना पाठविले आहे. त्या पुण्यास जाणार होत्या. तरीपण त्यांनी पत्र पाठविले आणि त्या पत्रामध्ये फक्त एकच उदाहरण स्पष्ट केलेले आहे. यावरून असे लक्षात येते, की जी घटना नायगावामध्ये घडली, तिचा परिणाम सावित्रीबाईंवर तर फार झाला. ती घटना त्यांच्या मनाला फार लागली. ती घटना स्पष्ट करताना पत्रात त्या म्हणतात की,

'येथे एक अघटित वर्तमान घडले की, गणेश नामे एक ब्राह्मण यास पोथी पुराणाचा नाद असून गावोगाव फिरून पंचांग सांगून उदरनिर्वाह करत करत या गावी येता झाला. परंतु येथील नुकतीच वयात आलेली सारजा नामे पोरीवर त्याची प्रीती जडली असोन त्यापासून तीस सहा महिने दिवस गेले आहेत. त्याचा बोभाटा होऊन गावातील दुश्मनी दुष्ट टवाळांनी त्या उभयतांस आणून मारपीट करून गावातील गल्लीबोळातून वाजत-गाजत मिरवत ठार मारण्यास चालविले. ही भयंकर गोष्ट मला कळताच मी तेथे धावतपळत गेले व त्या लोकांस इंग्रज सरकारचे भय दाखविले व त्यांना क्रूर कर्मापासून वळविले. सदुभाऊने तोडमोडी दावून बोले केले की या भटुकड्याने व या महारणीने आमचे गाव सोडून जावे. हे उभयतांनी कबूल केले. या उभयतास मी वाचविले जेणेकरून लोकांस अद्भुत वाटले. ती उभयता मला देवी समजून माझ्या पाया पडून शोक करू लागली. यांचा शोक उणा होईना. त्यांची कशीबशी समजूत घालून या उभयतास तुमचेकडे पाठविले आहे. अधिक दुसरे काय वर्तावे.'

या पत्राचा विचार करताना दिसून येते की, वर्तमानात घडलेली घटना आणि

त्या घटनेतील पूर्ण कार्य हे लगेच ज्योतिबांना समजले पाहिजे म्हणून त्या लगेच पत्र लिहितात आणि ज्योतिबाकडे त्या उभयतांना पाठवून पण देतात. कारण त्यांनी नायगाव या ठिकाणी त्या उभयतांना समाजातील लोकांकडून निंदकाकडून कोणताही त्रास होऊ नये म्हणून मध्यस्थी केली. इंग्रज सरकारची भीती दाखवून, त्यांना नायगाव सोडण्याचा सल्ला देऊन ते प्रकरण त्या मिटवतात. यातूनच त्यांचे प्रसंगावधान दिसून येते. त्यांच्या अंगी असलेल्या संयमी व धाडसी वृत्तीचे दर्शन येथे होते. त्या प्रसंगामध्ये न डगमगता बिथरलेल्या जनसमूहाची समजूत घालतात. ज्योतिबांप्रमाणेच त्यांची कणखर प्रवृत्ती, धीरोदात्त स्वभाव दिसून येतो.

जी घटना नायगाव येथे घडली ती समाजात घडू नये, त्यासारख्या अशा कोणत्याही घटना घडू नयेत हे सावित्रीबाईंना अपेक्षित होते आणि म्हणून बाकी काही गावात चर्चा होणे, त्या घटनेचा बोभाटा होणे यापेक्षा ते गावातून सोडून गेलेले बरे, यातून सावित्रीबाईंच्या अलौकिक धैर्याची चुणूक तर दिसतेच; परंतु मानवी खलप्रवृत्ती नष्ट होऊन त्या ठिकाणी सत्प्रवृत्ती नांदावी यासाठी त्या प्रयत्नशील असल्याचे पत्रावरून लक्षात येते. त्या व्यक्तीचे व्यक्तिमत्त्व संपविण्यापेक्षा माणसातील खलप्रवृत्ती संपावी, ही महत्त्वाची भूमिका या पत्रातून दिसून येते.

पत्र क्र . ३ : २०-४-१८७७

हे तिसरे पत्र सावित्रीबाईने ज्योतिबांना ओतूर, जुन्नर येथून पाठविले आहे. महाराष्ट्रात पडलेल्या सन १८७७ च्या दुष्काळाचे भयावह सावट आणि ते निवारण्यासाठी त्यांनी आणि त्या परिसरातील सत्यशोधक समाजाच्या कार्यकर्त्यांनी केलेल्या कार्याचा स्थूलमानाने घेतलेला एक आढावा आहे.

ओतूर, जुन्नर येथे सावित्रीबाई होत्या आणि तिथे दुष्काळ पडला. दुष्काळाची तीव्रता फार होती. तेव्हा त्यांनी ज्योतिबांना ती परिस्थिती कळवली. त्याचे वर्णन करताना त्या म्हणतात की, 'जनावरे चिंताक्रांत होऊन गतप्राण धरणीवर पडू लागली आहेत. माणसांना अन्न नाही, जनावरांना चारापाणी नाही. यावरून कित्येक देशांतर करून आपले गाव टाकून जात आहेत. कित्येक पोटची पोरे, तरण्याताठ्या पोरी विकून परागंदा होत आहेत. नद्या, नाले, ओढे शुष्क व कोरडे ठणठणीत होऊन मृगजळांनी व्याप्त झाले आहे. झाडा-झुडपांची पाने वाळून ती भूमीवर पडली आहेत. भूमीला भेगा पडल्या असून त्यांतून अंगाला झोंबणाऱ्या झळाया बाहेर पडतात. अनेक लोक क्षुधित व तृषाकांत होऊन भूमीवर पडून मरत आहेत. कित्येक निवडुंगाची बोंडे अन्न म्हणून खातात व मूत्र पाणी म्हणून पितात व संतोष पावतात. देहत्यागापूर्वी भुकेची, तहानेची इच्छा पुरवितात व मृत्यूच्या स्वाधीन होतात असे

इकडचे वर्तमान आहे.'

ही सर्व परिस्थिती त्यांनी कळविल्यानंतर कोणी-कोणी कसे कार्य केले हे त्या सांगतात, 'सत्यशोधक मंडळींनी या भागातील लोकांस अन्नधान्य पुरविण्याबाबत धीर देण्यासाठी दुष्काळ निवारण कमिट्या स्थापन केल्या. भाऊ कोंडाजी व त्यांच्या उमाबाई मला जिवापलीकडे सांभाळतात. ओतूरचे शास्त्री, गणपत सखाराम, डुंबरे पाटील वगैरे आपल्या समाजाचे सत्यशोधक तुम्हास भेटण्यासाठी येणार आहेत. तुम्ही साताऱ्याहून ओतूरला येऊन नगरला गेले असतात तर बरे होते. रा. ब. कृष्णाजीपंत लक्ष्मणराव हे आपणास विश्रृत आहेत. त्यांनी माझ्या समवेत दुष्काळी गावात जाऊन दुष्काळाने हैराण झालेल्या लोकांना द्रव्यरूपात मदत केली. दुसरी चिंतेची बाब अशी की, सावकारांना लुटावे, त्यांची नाके कापावीत अशी दुष्ट कर्मे या भागात घडत आहेत. तस्मात मोठमोठे दरोडे पडत आहेत. हे श्रवण करून कलेक्टर येथे आला. त्याने मसलत केली. गोरे सार्जंट पाठवून बंदोबस्त बसविला. ५० सत्यशोधक पकडून नेले. त्याने मला बोलाविले तेव्हा मी उत्तर केले की, आमच्या लोकांवर आळ व कुंभाड घेऊन कैदेत ठेवले, ते सोडा. कलेक्टर न्यायी आहे. तो गोऱ्या फौजदारास रागे भरून बोलेल की, पाटील का दरोडे घालतात? त्यांना सोडून दे. कलेक्टर दुष्काळ पाहून कष्टी झाला व कळवळून त्याने आपल्या केंद्रास ज्वारीच्या चार गाड्या पाठविल्या आहेत. तो म्हणाला, "तुम्ही जे लोक कल्याणकारी कार्य करीत आहात यास माझ्या हातून सदासर्वदा साहाय्य होत जावो व मी आपल्या दिव्य कर्तव्यकर्म सेवाकार्यास सहाय्यभूत होवो, एवढीच माझी इच्छा आहे."

दुष्काळाने प्राण्यांची, मनुष्याची व सृष्टीची वाताहात-माणुसकीची– वाताहात नैसर्गिक दुरवस्था व त्यातून निर्माण झालेल्या अनैसर्गिक बाबीचे विदारक चित्रण केले आहे. दुष्काळाच्या अंगाने येणाऱ्या अमानवीय वर्तनाबद्दल त्या लिहितात की, सावकारांना लुटणे, त्यांची नाके कापणे, मोठमोठे दरोडे पडणे अशी दुष्ट कर्मे घडत आहेत. त्या संदर्भात चिंता व्यक्त केली जात आहे.

शेती आणि शेतीवर अवलंबून असलेल्या व सैरभैर झालेल्या जनसमुदायाचे व त्यांना मदत करणाऱ्या व्यक्तीचे हे बोलके चित्र आहे. यावरून अस्मानी संकटाशी दोन हात करण्याचे त्यांचे मनोधैर्य दिसून येते. याही पत्रात त्यांच्यात वसत असलेल्या आत्मविश्वासाचे, धाडसाचे सखोल दर्शन होते. या पत्रात प्रारंभीच्या भयावह वर्णनात त्यांच्या संवेदनक्षम कविमनाचे दर्शन घडते. ही भरारी निश्चितच अतिरंजित वर्णनाने युक्त आहे, यात वाद नाही. कदाचित दुष्काळाची भीषणता ठसवताना त्यांच्यातील

कविमनाने वास्तवापेक्षा अतिशयोक्त वर्णनाकडे भरारी घेतली असावी एवढेच.

या पत्राच्या लेखिका समाजाभिमुख असल्यामुळे अन्य फापटपसाऱ्याच्या वर्णनाला येथे थारा नाही. प्रत्येक पत्रातून समाजासंदर्भात असलेली कणव दृष्टीस पडते. लेखनशैली उत्तम आहे. विनयशीलतेचे दर्शन सर्वत्र भरून दिसते आहे.

समाजाचा हरवलेला चेहरा शोधणे आणि दुर्दम्य आशावाद जागवणे हा या पत्राचा उद्देश आहे.

सावित्रीबाई या भरपूर आशावादी आहेत, याचे अगदी लहानपणचे एक उदाहरण पाहिले आहे. त्यांना लिहितावाचता येत नव्हते. एखाद्या मुलीने त्या पुस्तकातील चित्रे पाहून पुस्तक फेकून दिले असते; परंतु तिने तसे केले नाही. ते सांभाळून ठेवले. लग्न झाल्यानंतर आपल्या घरी नेले. ज्योतिबांना दाखविले व मला वाचता यावे यासाठी शिकते असे सांगितले आणि शिकल्यासुद्धा. प्रत्येक पत्राचा शेवट -दुर्दम्य आशावादच आहे. भविष्यातले यश आपलेच आहे, असे त्या सांगत आहेत.

प्रत्येक पत्रात विनयशीलतेचे दर्शन घडून येते. गृहिणी म्हणून पत्राची सुरुवात करतात; परंतु बाकी सर्व भाग मात्र समर्पकतेने तेथे भरलेला आहे. कारण 'विश्वाचा संसार सुखाचा करीन, हे व्रतच त्यांनी अंगीकारलेले असल्यामुळे त्या जनतेच्या, शूद्रांच्या, समाजाच्या सुखातच रममाण होतात. म्हणून प्रत्येक पत्रात त्यांना कशाची ना कशाची चिंता असल्याचे दिसून येते व पत्राचा शेवट आशावादातून करतात, हे त्यांचे विशेष. ही बाब ध्यानात घेण्यासारखी आहे.

या तिन्ही पत्रांना सामाजिक, वाङ्मयीन मूल्य आहे.

∞

१०.

सावित्रीबाई फुले : एक अलौकिक क्रांतिज्योत

विचाराने आणि आचाराने सावित्रीबाई काळाच्या किती अनेक दशके-शतके पुढे गेल्या होत्या आणि या क्रांतिज्योतीच्या व्यक्तित्वातील विचारांच्या ज्वालांची स्फुल्लिंगे कशी धगधगत होती, याची कल्पना येण्यास अनेक घटना पुरेशा आहेत. १८५० ते १८९० या कालखंडात सुधारणांचा तो रथ अंधश्रद्धा, रूढी-परंपरांच्या, काट्याकुट्यांच्या, खाचखळग्यांच्या, डोंगरकपाऱ्यांच्या मार्गावरून धावत होता. या क्रांतिनिष्ठ सुधारणारथाचे एक चक्र होते महात्मा ज्योतिराव फुले व दुसरे चक्र होते सावित्रीबाई ज्योतिराव फुले.

सावित्रीबाईंना जाणून घ्यायचे असेल तर प्रथम ही गोष्ट ध्यानात घेतली पाहिजे की, सावित्रीबाई ही स्वतंत्र व्यक्तिमत्त्वाची स्त्री होती. केवळ नवरा डॉक्टर म्हणून पत्नी डॉक्टरीण, नवरा वकील म्हणून पत्नी वकिलीण इतकी नामधारी भूमिका त्यांची कधीच नव्हती. त्या केवळ ज्योतीरावांची प्रतिछाया नव्हत्या तर आपल्या जन्मजात स्वभावाने त्यांनी असंख्य दीनदलितांना प्रेम दिले. अनाथ बालकांना मातेची ममता दिली. पतितांना, विधवांना खंबीरपणे आधार दिला. ती केवळ अतुलनीय धैर्याची सीमाच होती.

त्यांची ज्ञानसाधना कौतुकास्पद होती म्हणूनच केवळ धूळपाटीवर ज्योतिबांकडून धडे घेणारी सावित्रीबाई पहिली प्रशिक्षित भारतीय शिक्षिका होण्याइतकाच प्रगतीचा टप्पा गाठू शकली.

त्या काळातल्या रीतीप्रमाणे सावित्रीबाईंचे लग्न ९ व्या वर्षीच झाले. पुण्याजवळच्या नायगाव गावातल्या नेवसे पाटील यांची मुलगी. सासरचे वातावरण प्रेमळ होते. त्याचप्रमाणे मिशनरी लोकांच्या सहवासाने प्रगत सामाजिक दृष्टिकोणही त्या घरात होता.

सासरच्या विचारी आणि संस्कारी वातावरणात सावित्रीचे व्यक्तिमत्त्व घडत

होते. ज्योतिबांच्या सामाजिक बंडखोरीच्या विचारांनी त्यांचेही विचार प्रगल्भ बनत होते.

ज्योतिबांप्रमाणेच सावित्रीबाईंच्या जीवनावर सगुणाबाई क्षीरसागर या महिलेचा खोल ठसा उमटला आणि एक अलौकिक कर्तृत्व, नेतृत्व तयार झाले.

ज्योतिबांसारख्या उत्तुंग व्यक्तिमत्त्वाच्या वटवृक्षाखाली सावित्रीबाईंची प्रतिमा अस्पष्ट दिसणे हे स्वाभाविक असले किंवा त्यांचे शैक्षणिक व सामाजिक क्षेत्रातील कार्य अद्‌भुत व अशक्य कोटीतील वाटले, तरी ते एक वास्तव आहे, हे आता सिद्ध झाले आहे. मुलींसाठी व महारमांगांसाठी शाळा काढणे, वाट चुकलेल्या स्त्रियांच्या पोटी जन्मलेल्या अर्भकांसाठी बालहत्याप्रतिबंधकगृह काढणे, गोरगरीब मजुरांसाठी रात्रशाळा काढणे, संकरित बी-बियाणे पेरून आधुनिक पद्धतीने शेती करण्याचे तंत्र शेतकऱ्यांना शिकविणे, दुष्काळात अन्नान्न करणाऱ्या गरिबांच्या मुखात अन्नछत्र उघडून घास भरविणे, केशवपन, विधवाविवाहबंदी, देवदासी पद्धती, दारुडेपणा इत्यादी दुष्ट प्रथांचे उच्चाटन करणे ही गोष्ट सोपी नव्हती. एकोणिसाव्या शतकातील तो एक चमत्कार होता. भयाण काळोख्या रात्री अंगावर कोसळू पाहणाऱ्या कडाडणाऱ्या विजांच्या लोळानी दिपून जाऊन क्षणभर डोळ्यांसमोर अंधारी यावी तद्वत फुले-दांपत्याच्या कार्याचा सारा इतिहास रोमांचकारी आहे.

महात्मा ज्योतिराव फुल्यांनी सांस्कृतिक गुलामगिरीचा कट आपल्या धारदार लोकभाषेतील रचनेद्वारा उधळून लावला. भाषा हे समाजपरिवर्तनाचे एक प्रभावी हत्यार आहे. समाजाच्या भाषेतच समाजरचना करणे हे समाजहिताचे असते, हे तत्त्व प्रत्यक्षात आणण्याचे कार्य एकोणिसाव्या शतकात फुलेदांपत्याने केले. भाषा साध्य नसून ते साधन आहे याचे प्रत्यंतर या दांपत्याच्या रचनेत दिसून येते.

सावित्रीबाईंची गद्य-पद्यरचना हे शूद्रातिशूद्रांच्या जागरणाचे साधन होते. उपेक्षित समाजाच्या कल्याणाच्या ध्यासातून उफाळून आलेला तो उमाळा होता. महात्मा ज्योतिबा फुले आणि सावित्रीबाई फुले यांच्या साहित्याचे मूल्यमापन करावे लागते. ज्योतिबांनी लिहिलेल्या वाङ्‌मयापैकी काही वाङ्‌मय कालप्रवाहात वाहून गेले असण्याची शक्यता आहे. सावित्रीबाई फुले यांच्या साहित्याबाबतही असेच म्हणावे लागेल.

सावित्रीबाईंच्या कर्तृत्वाचे मूळ कारण

सावित्रीबाईंचे अलौकिकत्व यासाठी की त्या कर्तृत्ववान बाई होत्या आणि त्या कर्तृत्वाची काही मूळ कारणे होती. त्यांपैकी एक म्हणजे त्यांची धैर्यवान वृत्ती. या वृत्तीनेच त्यांना समाजातील लोक जो त्रास देत होते, त्यापासून वाचविले. त्या अतिशय धीट होत्या. वागण्या-बोलण्यात रुबाबदारपणा होता. चंचलता त्यांच्यात

होती. गुळाच्या गणपतीप्रमाणे त्या कधीच बसून राहिल्या नाहीत. सदान् कदा कोणते ना कोणते काम त्या करायच्या. 'आराम करना हराम है।' यावर त्यांचा भक्कम विश्वास होता. कोणी चुकले, खोडकरपणा केला, कोणी त्रास दिला की सावित्रीबाईनी त्यांची खोड मोडलीच समजा. या गुणामुळे त्या कर्तृत्ववान बनू शकल्या.

एका ख्रिश्चन व्यक्तीने त्यांना एक पुस्तक दिले. ते पुस्तक घेऊन त्या घरी आल्या तेव्हा वडिलांनी ते पुस्तक उकिरड्यावर फेकून दिले. वडिलांचे लक्ष नसताना ते त्यांनी उचलून आणले. ते जपून ठेवून लग्न झाल्यावर ते सासरी नेले आणि ते वाचता येत नाही म्हणून त्यांना वाईट वाटायचे तेव्हा त्यांनी ज्योतिबांकडून शिक्षण घेतले. परंतु ते शिक्षण देशातील सर्व स्त्रियांचे शिक्षण घेणे ठरले आणि त्यांचे कर्तृत्व बनले ते अलौकिक, असामान्य स्वरूपाचे.

तत्कालीन सामाजिक परिस्थितीतील एक घाणेरडी प्रथा सावित्रीबाईंना कर्तृत्ववान बनण्यासाठी कारणीभूत ठरली. ती घटना अशी की, ज्योतिबा फुल्यांचे एक मित्र होते सदाशिव गोवंडे. त्यांच्या बहिणीचा नवरा मेला आणि त्यांना सती दिलं गेलं. सती जाताना तिला चितेवर मरायचं असतं. तिला चितेवर सर्व सजवून, नवरीसारखा शृंगार करून ठेवले जाते व चितेला अग्नी दिला जातो. तिला चटके लागतात म्हणून ती चितेच्या बाहेर जाऊ पाहते आणि बाकीचे लोक पुन्हा तिला चितेत ढकलतात आणि जीव जाईपर्यंत जाळतात. केवढे हे क्रौर्य!

हीच घटना घडली सदाशिव गोवंडेच्या बहिणीबाबत, त्यामुळे सावित्रीबाईंना धक्काच बसला. त्या व्यथित झाल्या आणि ज्योतिबांना म्हणाल्या, "सेठजी, हे सारे भयानक प्रकार थांबायला पाहिजेत हो!"

ज्योतिबा म्हणाले, "त्यासाठी स्त्रियांनी आपलं अज्ञान दूर करायला पाहिजे. स्त्रियांनी आणि शूद्रांनी शिक्षण घ्यायला पाहिजे." आणि सावित्रीबाई लागल्या हे कार्य करायला आणि त्यातूनच त्यांचे कर्तृत्व बनले. हे त्यांचे अलौकिकत्व होय.

सावित्रीबाईंचे श्रेयस

१८५३ सालचा तो दिवस. महात्मा ज्योतिबा फुले व सावित्रीबाई फुले यांनी ज्या शाळा काढल्या त्या सर्व शाळांतील गुणवंतांचा सत्कार पुणे चौकात झाला होता. गुणवंतांना बक्षिसेही देण्यात आली. मिसेस जोन्स यांच्या हस्ते मुलींना साड्या पुस्तके वगैरे बक्षिसे देण्यात आली. त्या वेळी एक मुलगी व्यासपीठावर येऊन प्रमुख पाहुण्यांना धीटपणाने म्हणाली,

"मला तुमचे बक्षीस नको, तर मला खूप खूप पुस्तके वाचायला हवीत. त्यासाठी शाळेत ग्रंथालय व्हावे असे काहीतरी करा." त्या चिमुकल्या चिमुरडीचे हे

उद्‌गार ऐकून सावित्रीबाईंच्या चेहऱ्यावरचा आनंद ओसंडून वाहू लागला. त्यांनी त्या मुलीच्या मागणीची गांभीर्याने दखल घेतली. मुलींसाठी पहिले ग्रंथालय सुरू करण्याचा मान सावित्रीबाईंनाच मिळाला.

या घटनेत हे महत्त्वाचे आहे की, सावित्रीबाईंनी मुलींना एवढे धीट बनवले एवढे हुशार बनविले की, शिक्षणाच्या दृष्टीने काय चांगले-वाईट हे मुली समजू शकल्या, बोलू शकल्या. अंतर्मनातले दोन शब्द बोलण्याचे धाडस त्या करू शकल्या हे सावित्रीबाईंचे श्रेयस होय. सावित्रीबाईंनी लावलेल्या या ज्ञानाच्या रोपट्याचा बघता बघता वृक्ष झाला. त्याला पानं, फुलं आली. फळं आली आणि आज स्त्रीशिक्षणाची गोड फळं आपण चाखतो आहोत. याचे सर्व श्रेय सावित्रीबाईंनाच जाते. हे त्यांचे अलौकिकत्व होय.

स्त्रीपुरुषसमानता प्रतिपादणाऱ्या-प्रथम महिला, स्त्रीमुक्ती आंदोलनाच्या पहिल्या प्रणेत्या, स्त्रीची प्रतिष्ठा सांगणारी पहिली स्त्री सावित्रीबाईच ठरतात. त्यांच्यापासून भारतीय स्त्री सार्वजनिक जीवनात उतरली.

सावित्रीबाईंचा सारा जीवनपट म्हणजे ज्योतिबांबरोबरच काटेरी वाटेवरचा प्रवास. सावित्रीबाई या एका महापुरुषाच्या पत्नी होत्या. एका वादळी, झुंजार माणसाची साथ त्यांना करायची होती. ज्योतिबा म्हणजे साक्षात झंझावात. सतत झगडा, सतत संघर्ष, त्यातली धग सोसणे येऱ्यागबाळ्याचे काम नव्हे. ते केवळ परिवर्तनवादी नव्हते. जवळ जवळ २-३ हजार वर्षे उन्मत्तपणे सर्व स्त्री-शूद्रातिशूद्रांना गुलामगिरीत ठेवणाऱ्या ब्राह्मणी संस्कृती व सत्तेला मूलभूतपणे उखडून टाकण्याची ताकद त्यांच्या विचारात होती. या ब्राह्मणी विचारांनी सडलेल्या, पोखरलेल्या, जुनाट, रोगट समाजवृक्षावर घाव घालण्याचे सामर्थ्य त्यांच्या विचारात होते.

क्रांतिकारक मूलगामित्वाचे ग्रहण

संत ज्ञानेश्वर, संत तुकारामांनासुद्धा चातुर्वर्ण्यावर टीकास्त्र सोडण्याचे धैर्य झाले नाही, ते अतुलनीय धैर्य केवळ ज्योतिबांनी दाखवले. पुण्यासारख्या सन्यातन्यांच्या सत्तास्थानातच ब्राह्मणी सत्तेला सतत हादरे देणे म्हणजे केवळ सिंहाच्या गुहेत जाऊन त्याची आयाळ उपटण्यासारखेच होते.

तर सांगायचा मुद्दा असा की, असे हे क्रांतिकारक धगधगते विचार जाणतेपणे स्वीकारणे आणि अत्यंत निष्ठेने, प्रामाणिकपणे त्याची कार्यवाही करणे या गोष्टी सामान्य कोटीतल्या म्हणता येणार नाहीत. केवळ सावित्रीबाई म्हणूनच हे करू शकल्या. ज्योतिबांच्या विचारांतील क्रांतिकारक मूलगामित्व त्यांनी ग्रहण केले होते इतकेच नव्हे तर त्या विचारांचा सतत पाठपुरावा केला. त्या केवळ सामान्य स्त्री

असत्या तर पतीच्या क्रांतिकार्यात सामील होऊ शकल्या नसत्या. त्यांची स्वत:ची प्रेरणा, प्रज्ञा असल्याशिवाय हे होणेच शक्य नव्हते.

सुप्रसिद्ध लेखिका इंदुमती केळकर आपल्या एका लेखात म्हणतात की, "अज्ञान आईबापाचे निराधार मूल आपल्या पदरात घेऊन त्याला स्वत:च्या मुलाप्रमाणे लहानाचा मोठा करणारी उदार हृदयी स्त्री पहावयास मिळते. पण एखाद्या विधवेला अनैतिक संबंधापासून झालेले मूल आपलेच समजून त्याचे संगोपन करणारी दुर्मिळच." सावित्रीबाईंच्या बालगृहात बाळंतपणास आलेल्या काशीबाई नावाच्या ब्राह्मण तरुण विधवेला झालेले मूल, की ज्याच्या बापाचा पत्ता नाही, ते सावित्रीबाईंनी दत्तक मुलगा म्हणून आपल्या ओटीत घेतले. केवळ भावुक मानवतेच्या कल्पनेच्या आहारी जाऊन त्यांनी हे साहस केले असे कोणी म्हणू शकेल; पण माणसात माणुसकी अन्य भयाच्या कल्पनेने मरण पावते हे आपण नेहमीच अनुभवतो. जाती, वंश, धर्म व परंपरा यांना ओलांडून गेलेली विचारनिष्ठा असलेली स्त्रीच ही बंडखोरी करू शकते.

सावित्रीबाई ही शिकलेली पहिली स्त्री, पहिली शिक्षिका. भारतातील सर्व जातींतील स्त्रियांची पहिली पुढारी आणि अस्पृश्यतेला जबरदस्त विरोध करणारी पहिली थोर कार्यकर्ती. महात्मा ज्योतिबा फुले यांच्या कार्यावर तिची अढळ निष्ठा होती. निरपेक्ष स्पष्टवक्तेपणा, शूद्र-अतिशूद्र समाजात क्रांती घडवून आणण्याची दूरदृष्टी, सदाचार, विद्येचा व्यासंग, विलक्षण चिकाटी व कडक तत्त्वनिष्ठा इत्यादी गुणांमुळे त्यांचे चरित्र अभ्यासनीय ठरते. आपले सर्व जीवन त्यांनी दलित, शेतकरी, गोरगरीब, मजूर इत्यादी समाजाच्या सेवेसाठी वाहून घेतले. आचारांची थोर परंपरा त्यांनी सुरू केली.

तत्कालीन एक थोर राजकीय ऋषी मामा परमानंद यांनी ज्योतिबा व सावित्रीबाई यांच्या त्यागबुद्धीने केलेल्या कार्याचे जवळून निरीक्षण केले होते. फुले- दांपत्यांच्या कार्याचे ते एक चाहते होते. ज्या स्त्रिया आणि सावित्रीबाई यांनी जीवनसर्वस्व स्त्री-शूद्रांच्या कल्याणासाठी खर्च केल्याने वृद्धापकाळी त्यांची उपासमार होऊ नये म्हणून मामा परमानंदांनी बडोद्याचे महाराज सयाजीराव गायकवाड यांच्याकडे त्यांचे चिटणीस धामणकर यांच्यामार्फत विनंतीअर्ज करून वेतनाची मागणी केली होती. त्यांनी म्हटले आहे, "ज्योतिबा आणि त्यांची पत्नी ह्यांना मासिक तीस रुपयांचे वेतन आता सुरू करावे. ते त्या उभयतांच्या अंतापर्यंत चालू ठेवावे. यांपैकी एकाच्या मृत्यूनंतर कमी करावे. मागे राहिलेल्यांच्या मृत्यूनंतर आणि मुलांचे शिक्षण संपल्यावर बंद करावे. आता ही गोष्ट दीर्घ कालपर्यंत लांबणीवर टाकता येणार नाही. यासाठी खर्चसुद्धा फार मोठा होणार नाही. एवढीच माझी अपेक्षा आहे."

त्यांची ही मागणी लवकर मंजूर न झाल्यामुळे त्यांनी परत पत्र लिहिले. त्यामध्ये ते म्हणतात, ''अर्धांग वायूमुळे ज्योतिबा अंथरुणास खिळले आहेत. त्यांना जर साहाय्याला उशीर झाला तर, मनातला दयाभाव विफल ठरेल. बडोदा संस्थान आजवर सर्व प्रकारच्या ब्राह्मणांसाठी मग ते बरे असोत, अगर वाईट असोत, उदासीन असोत; रयतेच्या घामाचा पैसा उधळीत आलेच आहेत. त्यांनी एका लायक अशा ब्राह्मणेतरासाठी आणि जो शेतकरीवर्गपैकी आहे त्यासाठी त्या करापैकी थोडा पैसा खर्च केला तर अनाठायी होणार नाही.''

यावरून ज्योतिबा व सावित्रीबाई यांच्या कार्याची त्यांनी जाणलेली थोरवी व त्यांच्याबद्दलचा आपलेपणा दिसून येतो. मामा परमानंद हे त्या वेळी मान्यता पावलेले महर्षी असल्यामुळे राजालासुद्धा खडसावण्याचा अधिकार त्यांना प्राप्त झाला होता, हे स्पष्ट होते. अशा महर्षीने ज्योतिबांप्रमाणेच क्रांतिकार्याची थोरवी सिद्ध करून सावित्रीबाई या युगस्त्री होत्या यास पुष्टी मिळते.

सावित्रीबाईंच्या कार्याची थोरवी पुढील गोष्टीवरून कळते. महात्मा फुल्यांच्या मृत्यूनंतर नारो बाबाजी महाघट पाटील यांनी महात्मा ज्योतिराव फुले यांचे 'अमर जीवन' हे १८९१ मध्ये लिहिलेले पुस्तक सावित्रीबाईंना अर्पण केले आहे. त्यातील अर्पणपत्रिका पुढीलप्रमाणे होती-

पूजनीय सत्यस्वरूप
साध्वी सावित्रीबाई ज्योतिबा फुले
(म. ज्योतिबांच्या पत्नी)

त्यांची पतीवरील प्रीती, भक्ती आणि निष्ठा त्याचप्रमाणे त्यांच्या अंगी असलेली सहनशीलता, सत्यपरायणता आणि सत्यशोधक समाजप्रियता वगैरे सद्गुणांच्या गौरवार्थ हे पुस्तक ग्रंथकर्त्याने आदरभावाने व भक्तिपूर्वक नजर केले असे.

ता. १८-११-१८९१

ही अर्पणपत्रिका म्हणजे सावित्रीबाईंच्या अलौकिक कार्याचे यथायोग्य असे मूल्यमापन होय.

कृतार्थ दृष्टीने गौरव

ज्योतिबांच्या मृत्यूच्या दिवशी घडलेला हा प्रसंग. या महात्म्याला मृत्यूची चाहूल लागताच त्यांनी कोल्हापूर वगैरे ठिकाणच्या सत्यशोधक समाजाच्या प्रमुख कार्यकर्त्यांना बोलवून घेतले. सावित्रीदेवी व यशवंत यांना जवळ घेऊन उपदेश केला. नंतर सर्वांना जवळ बोलावून ते म्हणाले, ''बंधूंनो, आपण खूप कार्य केलं. दोन हजार वर्षांत आपणाला जे मिळाले नाही ते येत्या ५० वर्षांत खात्रीने मिळेल.

पण...तुम्ही पेशवाईत जसे गुरासारखे वागत होता तसे न वागता वाघासारखे वागा. गाईप्रमाणे कसायापुढे मान देऊ नका. मोगलाई आज आहे उद्या नाही. पण ती जोपर्यंत आहे तोपर्यंत साऱ्या शूद्रादी शूद्रांस विद्या देऊन शहाणे करा. विद्या ही माणसास मनुष्यत्व प्राप्त करून देते. सावित्रीचा माझ्या चरित्राबरोबर ५० वर्षे प्रवास आहे. तिच्यामुळेच मी लोकांचे भले करू शकलो.'' खुद्द महात्मा फुल्यांनी आपल्याच शेवटच्या शब्दांत सावित्रीबाईंच्या कार्याचा कृतार्थ दृष्टीने जो गौरवपूर्ण उल्लेख केला आहे, तो सावित्रीबाईंच्या अलौकिक क्रांतिकार्याची चोख पावती होय.

१८९० मध्ये ज्योतिरावांच्या मृत्यूनंतर सत्यशोधक समाजाच्या कार्यासह ज्योतिरावांच्या सर्व क्रांतिकार्याचे नेतृत्व करण्याची जबाबदारी सावित्रीबाईंवर येऊन पडली आणि ती त्यांनी यशस्वी रीत्या पार पाडली. महात्म्याचा शेवटचा संदेश डोळ्यांसमोर ठेवून आपल्या स्वत:च्या पोटापाण्याचासुद्धा विचार न करता स्त्री-शूद्रांच्या कार्यासाठी त्यांनी स्वत:ला वाहून घेतले. देशातील सत्यशोधक समाजाच्या सर्व कार्यकर्त्यांना प्रभावी मार्गदर्शन केले. क्रांतिकार्यात कुठेही पोकळी निर्माण होऊ दिली नाही. महात्मा ज्योतिबा फुल्यांच्या अपूर्व, अद्वितीय क्रांतिकार्याची अतिशय कठीण पण तितकीच महत्त्वपूर्ण जबाबदारी पार पाडणे हे सोपे काम नव्हते. प्रखर विरोध, आर्थिक चणचण आणि अनेक संकटे यांना टक्कर देऊन सावित्रीबाईंनी मरेपर्यंत समाजक्रांतिकार्याची ज्योत अखंड तेवत ठेवली. यावरून संपूर्ण भारतात समाजक्रांतीच्या नेत्या म्हणून सावित्रीबाई या पहिल्या युगस्त्री ठरतात.

मानवी इतिहासातील दुर्मिळ व्यक्ती

मानवी इतिहासात एवढे व असे कार्य करणाऱ्या व्यक्ती दुर्मिळच! निदान हिंदुस्थानच्या इतिहासात तरी फुले पती-पत्नी अपवादात्मक म्हणूनच टिकतात. हे त्यांचे अलौकिकत्व होय. आयुष्यभर लोकांसाठी त्रास सहन करावा, जीवन उद्ध्वस्त करणाऱ्या प्रसंगांना धैर्याने तोंड द्यावे, वैयक्तिक जीवनाच्या वर्तुळावर सनातन्यांनी पेटवलेला अग्निलोळ पसरत जावा, काळीज होरपळून जावे आणि तरीही या जीवनाने हार मानू नये? केवढे मोठे धैर्य, साहस व सहनशीलता! असे धैर्य एखाद्या युगातच मानवी देहात प्रकट होते. मानवी समाजाला कित्येक शतके अशा धैर्याची वाट पाहवी लागते. केव्हा तरी विजेसारखे आकस्मिक संदेह रूपाने ते प्रकटते; ते आपल्यात असते तोपर्यंत त्याची जाणीव होत नाही. मानव जन्माला आला आणि त्याने अहंकाराची कुपी सोबत आणली. त्यातील अहंकाराचे मद्य पीत- पीतच त्याने, इतर माणसांच्या जीवनाची आपल्या जीवनाबरोबर तुलना करावयास प्रारंभ केला. आपले कर्तृत्व, आपली कुवत, आपला त्याग, ओळखण्याची गरज वाटली नाही. अहंकार

हा मोठा विचित्र रोग आहे. तो जडला की, धमन्यांतून सारखा वाहत राहतो. कोणत्याही औषधोपचाराने बरा होत नाही. एखाद्या झाडाची साल काढावी, आत लाल चट्टे दिसावेत, तसेच अहंकाराचे लालभडक चट्टे दिसत नाहीत. सारे मनाचे खेळ! कसे दिसणार?

दुसऱ्यांच्या जीवनाचे वस्तुनिष्ठ मूल्यमापनही अशा अहंकारी व्यक्तींना करता येत नाही. महात्मा फुले, सावित्राबाईंच्या जीवनाचा अर्थ या काळात सनातन्यांना कळला नाही हे खरे; पण सोयऱ्याधायऱ्यांनाही कळला नाही. ज्यांना कळला त्यांना त्यांनी साथ दिली. युगायुगांत प्रकट होणारे हे महात्मेपण कोणाच्या कवेत येणारेही नव्हते. ते अतुलनीय आहे. मानवी जीवनातील कोणतेही मापदंड येथे अपुरेच पडतील. सावित्रीबाईंचे हे कार्य समजावून घ्यायलाही आकाशाएवढे काळीज हवे आणि त्यात माणुसकीचा ओलावाही हवा. धर्मतत्त्वज्ञानाची केवळ चर्चा करणाऱ्यांना सावित्रीबाईंचे कार्य दिसले नाही. ते पाहण्यासाठी तसे डोळे हवे होते, हृदय हवे होते. ते धर्ममार्तंडांजवळ नव्हते. होता तो केवळ वैदिक अहंकार. जन्मजात वर्णश्रेष्ठत्वाचे कित्येक शतकांचे तत्त्वज्ञान! ते मानवी व्यवहारात उतरले की, जिवंत राहते. सर्वस्पर्शित्व असले तर ते कालातीत ठरते. वैदिक धर्मतत्त्वज्ञान ज्या ब्राह्मणेतरांना स्पर्श करू शकत नव्हते, त्यांच्या दृष्टीने ते मृतप्रायय ठरले. एक गट, फार थोडी माणसे ते जिवंत ठेवू शकत नाहीत. ते एकाकी बनते. त्यावर आधारलेली संस्कृतीही हळूहळू एकाकी पडू लागते. अशा संस्कृतीचा विनाश हा अटळच असतो. समूह-जीवनातील व्यवहार असे एकाकी घडू शकत नाहीत.

संतांच्या भूमीमध्ये सावित्रीबाईंचे स्थान

स्त्री ही बालपणी मातृपितृसेवा, प्रौढपणी पतिसेवा व म्हातारपणी पुत्र व नातनातूंची सेवा यात राही, हे समीकरण सावित्रीबाईने धुडकावून एक मोठा हादरा समाजास दिला. या भारतातील महाराण्या, बेगमा, पेशव्यांच्या उच्चभ्रू स्त्रियांनाही न जमणारे धैर्य दाखवून प्रत्यक्ष कृती करून दाखविली. रणांगणात शूरपणे लढणारी ताराबाई, किल्ल्यासाठी लढणारी चांदबिबी, 'मेरी झाशी नही दूंगी' म्हणणारी लक्ष्मीबाई, शूर मातृत्वाचे धडे शिकविणारी जिजाबाई यांनाही जे जमले नाही, ते धैर्याने करून दाखविणाऱ्या सावित्रीबाई फुले यांनी कर्मठांना, सनातन्यांना लढा देऊन धडा शिकविला. आजही सर्व देशातून, भारतातून त्यांच्या जयंत्या-पुण्यतिथ्या, पुतळे, कार्यक्रम पाहून मन भारावून जाते. सावित्रीबाई फुले यांच्या जयंतीनिमित्त महाराष्ट्र राज्य शासनाने ३ जानेवारी हा दिवस 'मातृत्व दिन' म्हणून जाहीर केला आहे, तर राष्ट्रसंत तुकडोजी महाराज नागपूर विद्यापीठाने ३ जानेवारी हा दिवस

'महिला मुक्ती दिन' म्हणून जाहीर केला आहे.

आजही या देशात कर्मठ आहेत. गरीब माळीसमाजात जन्मलेल्या या जोडप्यांचे विचार आजही शिरसवंद्य मानणे, आदर्श विचार ग्रहण करणे गरजेचे वाटते. त्यांच्या विचारांनी गेल्यास, सुजलाम-सुफलाम होण्यास वेळ लागणार नाही. ती संताची भूमी आहे. असे असताना आज येथे भ्रष्टाचार शिष्टाचार झाला. विद्वानांना नादी लागून लयास जाण्याचा धोका निर्माण झाला आहे. म्हणून म्हणावेसे वाटते.

माहेर आहे पंढरीचे
विठ्ठल रखुमाई माय बाप
तेच दैवत पाहतो आम्ही
ज्योती सावित्री अंत:करणात

सावित्रीबाई फुले नसत्या तर

सावित्रीबाई फुले जन्माला आल्या नसत्या, तर कोणतीही मुलगी, स्त्री शिक्षण घेऊ शकली नसती. दिल्लीपासून ग्रामीण विभागातील गल्लीपर्यंत कार्य करणारी स्त्री दिसली नसती. आज स्त्रियांना स्वावलंबी बनविण्याचे व ती प्रत्येक क्षेत्रात कार्य करू शकण्याचे श्रेय सावित्रीबाईंनाच जाते.

स्त्रिया ह्या सामान्य सेविकेपासून ते उच्चपदस्थ म्हणून कार्य करू शकल्या नसत्या; पण आज सावित्रीबाईंमुळे स्त्रिया ह्या कुणी डॉक्टर, कुणी इंजिनिअर, कुणी न्यायाधीश, कुणी प्राध्यापिका-मुख्याध्यापिका आहेत. सामाजिक व राजकीय क्षेत्रातील महिला डॉ. सरोजिनी नायडू, विजयालक्ष्मी पंडित झाल्या नसत्या, बुद्धिबळ क्षेत्रात नावलौकिक मिळविणारी रोहिणी खाडिलकर ही भगिनी उदयास आली नसती. बुद्धिबळ क्षेत्रात पुरुषांचे वर्चस्व आहे. त्या क्षेत्रात शिक्षणामुळे महिला ग्रँडमास्टर ह्या पदापर्यंत पोचलेल्या आहेत. पोलीसदलात भरती झालेली महिला किरण बेदी नावलौकिकास आली नसती. मनोरंजनाच्या क्षेत्रातही स्त्रिया ह्या दिग्दर्शिका म्हणून काम पाहत आहेत. साहित्यिका दुर्गा भागवत झालीच नसती. शास्त्रज्ञ मादाम क्युरी अवतरली नसती. सावित्रीबाई ह्या जन्माला आल्या नसत्या तर, ह्या सर्व स्त्रिया गृहिणीच झाल्या असत्या व सामान्य स्त्रीप्रमाणे फक्त आपले घर व मुलं सांभाळत राहिल्या असत्या.

स्त्रियांना शिक्षण घेता आले नसते, तर सर्व जगात राजकारणी व मुत्सद्दी म्हणून नावलौकिक मिळालेल्या व भारतासारख्या परंपरावादी पुरुषप्रधान संस्कृतीत पंतप्रधानाचे पद भूषविणाऱ्या सन्माननीय इंदिरा गांधी लाभू शकल्याच नसत्या. त्यांच्या रूपाने भारताला इंदिरा गांधी हा एक पैलू पाडलेला तेजस्वी हिरा लाभला नसता. सावित्रीबाई जन्माला आल्या नसत्या, तर इंदिरा गांधी ह्या एक सामान्य

गृहिणी म्हणून जीवन जगल्या असत्या. त्यांनी शिक्षण घेतले नसते, तर त्या राजकारणात आल्या नसत्या व भारताचा इतिहास पंतप्रधान इंदिरा गांधींच्या नावाने लिहिला गेला नसता. जगविख्यात सन्माननीय इंदिरा गांधी झाल्या नसत्या.

समाजातील लोकांची व विशेषत: स्त्रियांची स्थिती फारच वाईट होती. माणसातील माणूसपण कमी झालेले होते. त्याचे वर्णन त्या वेळी बहिणाबाईने असे केले होते-

पाहीसेन रे लोकांचे व्यवहार खोटेनाटे
तवा बोरीबाभळीच्या अंगावर आले काटे
माणसा माणसा, तुझी नियत बेकार
तुझ्यापेक्षा बरं ते गोठ्यातलं जनावर

अशा परिस्थितीतून या स्त्रीवर्गाला मुक्त करून सामाजिक, आर्थिक, शैक्षणिक या सर्व क्षेत्रांचे दरवाजे उघडून देऊन मानाचा दर्जा मिळवून दिला तो सावित्रीबाईंनी. खऱ्या अर्थाने त्या स्त्रीजीवनात सरस्वती बनून आल्या व ज्ञानभांडार स्त्रियांसाठी उघडले. म्हणून पहिल्यापासून जे म्हणत आले आहे की, विद्येची देवता सरस्वती, त्याचप्रमाणे विद्येची देवता सावित्रीबाई फुले आहेत.

घरातून कधी एकटे बाहेर जाण्याची हिंमत न करणारी स्त्री आज शिक्षणाच्या, फक्त शिक्षणाच्या हिंमतीवर एकटी विदेशातसुद्धा जायला मागेपुढे पाहत नाही. तसेच शिक्षणाव्यतिरिक्त स्वत:ची इभ्रत वाचविण्यासाठी जुडो-कराटेचे महत्त्व पण आजची सुशिक्षित स्त्री जाणून आहे. खऱ्या अर्थाने स्त्रियांमध्ये जागरूक झालेला अभिमान, स्वाभिमान आणि हिंमत, निर्भीडपणा सावित्रीबाईंच्या शिक्षणगंगेचाच प्रभाव आहे, याला दुमत नाही.

सावित्रीबाईंसारख्या क्रांतिकारी महान स्त्रीचा जन्म जर महाराष्ट्रात झाला नसता, तर आजची स्त्री एवढी स्वतंत्रपणे जगू शकली नसती. 'चूल आणि मूल' हेच तिचे विश्व राहिले असते. अंधश्रद्धा, पापपुण्याच्या कल्पना व पुरुषांच्या दडपशाहीखालीच तिला रहावे लागले असते. आज १०० वर्षांनंतरही आजच्या स्त्री-पुरुषांना सावित्रीबाईंच्या कर्तृत्वाकडे पाहण्याची गरज भासते. आजच्या समस्या थोड्या वेगळ्या असल्या तरी त्या सोडविण्यासाठी काम करणाऱ्या कार्यकर्त्यांची संख्या वाढत्या लोकसंख्येच्या प्रमाणात खूपच कमी आहे. सामान्य स्त्री-पुरुषांच्या जीवनामध्ये आणि आपल्या कुटुंबामध्ये केंद्रित झालेली दिसते. आज स्त्रीला अर्थार्जनाची वाढती जबाबदारी पेलावी लागत आहे, परंतु तिच्या काही जबाबदाऱ्या कमी झालेल्या दिसतात. जर सावित्रीबाई नसत्या, तर आज स्त्रीचे जीवन एवढे सुखमय आणि आनंदी दिसले

नसते.

महात्मा फुल्यांनी १८४८ साली मांडलेले विचार आणि आजची शेतकऱ्यांची स्थिती यांत काहीच बदल झालेला नाही. शेतकरी अत्यंत हालअपेष्टा भोगत आहे आणि सुशिक्षित मनुष्य मात्र त्या मानाने सुखी आहे. म्हणून ज्योतिबांचे आणि सावित्रीबाईंचे विचार फार महत्त्वाचे वाटतात. त्यांच्या कार्याचे महानत्व आजसुद्धा योग्य वाटते. ते त्या शैक्षणिक, सामाजिक विचारसरणीमुळेच, तात्पर्य, सावित्री व ज्योतिबा यांचे सर्व चरित्र म्हणजे महाराष्ट्राच्या शैक्षणिक इतिहासाचा प्रारंभ होय. दोघेही पुढे शिक्षकांचे लोकशिक्षक झाले. सामाजिक क्रांतीच्या क्षेत्रात या पतिपत्नीचे स्थान अद्वितीय व अलौकिक आहे. कर्तबगार पुरुषाच्या पाठीशी एक स्त्री असतेच आणि याची प्रचिती सावित्रीबाईमुळे येते; परंतु इथे तर त्याची दुसरी बाजूही तेवढीच महत्त्वपूर्ण आहे. कर्तबगार स्त्रीच्या पाठीशी एक पुरुष असतो याची प्रचिती ज्योतिबा फुले यांच्यामुळे येते. कारण हे फुलेदांपत्य एकसारखेच कर्तबगार, धैर्यवान, कर्तृत्ववान व बुद्धिमान होते.

सावित्रीबाईची प्लेगच्या साथीतील अलौकिकता

प्लेगच्या साथीतील सावित्रीबाईंचे कार्य अतिशय अलौकिक आहे. त्या प्लेगच्या रोग्यांची माता झाल्या.

प्रत्यक्ष मातेनेही मुलाला दूर लोटले, तेव्हा सावित्रीबाईंनी त्याला निर्भयपणे जवळ घेतले. सावित्रीबाई 'डॉक्टर' नव्हत्या पण त्यांच्याजवळ मायेचे, ममतेचे, माणुसकीचे अमृत होते. त्या गोऱ्या मिशनऱ्यांना भेटल्या. त्यांच्याशी चर्चा केली. एखादे स्वतंत्र हॉस्पिटल उघडण्याची त्यांना विनंती केली. गोऱ्या जवानांची जनतेशी वागणूक कशी अमानुषतेची आहे, हे जिल्हाधिकाऱ्यांच्या कानावर घातले. या रोगावर काय उपाययोजना करावी, याची माहिती त्यांनी मिळविली. लोकांनी या काळात कोणते उपाय करावेत? कोणती काळजी घ्यावी? कसे वागावे? हे सांगत त्या फिरू लागल्या. सत्यशोधक समाजाच्या कार्यकर्त्यांना सोबत घेऊन त्यांनी रोग्यांची शुश्रुषा सुरू केली. कार्य कठीण होते. अडचणी अनेक होत्या. औषध नव्हते. औषधासाठी पैसे नव्हते. आता काय करणार? त्यांनी आपला डॉक्टर मुलगा यशवंत याला निरोप पाठविला. यशवंत त्या वेळी अहमदनगर येथे होता. आईचा निरोप मिळताच तो अविलंब आला. सावित्रीबाईंनी त्याला सर्व परिस्थिती समजावून सांगितली. त्याच्या जवळची रक्कम त्याने या कार्यासाठी दिली. स्वत: दरिद्री असताना सावित्रीबाईंनी स्वत:च्या खर्चाने समाजाची सेवा केली.

वानवडी व घोरपडी यांच्या मध्यावर असलेल्या ग्यानोबा ससाण्यांच्या माळरानावर

सावित्रीबाईनी खाजगी दवाखाना उघडला. यशवंतराव सुटी काढून या काळात येथेच होते. आईला मदत करीत होते. सावित्रीबाई रोग्यांना शोधून आणीत असत. यशवंत त्यांच्यावर उपचार करीत असे. रोग्यांना दवाखान्यात आणण्याची कामगिरी सत्यशोधक समाजाचे कार्यकर्तेही करीत असत. सावित्रीबाई जिवाचे रान करीत होत्या. त्यांना ना जेवणाची उसंत होती ना स्वत:च्या जिवाची चिंता. त्यांचे एकच ध्येय होते. जेवढ्या जास्तीत जास्त लोकांचे प्राण वाचवता येतील तेवढ्यांचे प्राण वाचवणे. सावित्रीबाई पायात भिंगरी असल्याप्रमाणे वणवण करीत होत्या. लोकांची सेवा करीत होत्या. ही प्लेगची साथ थोडीथोडकी नव्हे, चांगली चार महिने होती. सतत धावपळ करून, कष्ट करून सावित्रीबाई थकून गेल्या होत्या. काम करताना जीव कासावीस होत असे. तोंडाला कोरड पडत असे. त्यांच्या पायांत जीव उरला नव्हता. तरीही त्यांचे कार्य चालूच होते.

प्लेग आपले अक्राळविक्राळ हातपाय पसरून एकेकाला आपल्या विळख्यात घेऊ पाहत होता, तर सावित्रीबाई प्लेगच्या जबड्यातून एक-एक जीव वाचवण्यात यशस्वी होत होत्या. नशा काही मादक पदार्थांचीच नसते. सत्कार्यात आणि सेवेतही धुंदी असते. अशीच धुंदी सावित्रीबाईंना चढली होती. दिवस जात होते आणि सावित्रीबाईंना बातमी मिळाली- मुंढवे या खेडेगावात पांडुरंग बाबाजी गायकवाड या दलित मुलाला प्लेगची बाधा झाली आणि त्याला दवाखान्यात नेत असताना सावित्रीबाईंना प्लेगची बाधा झाली आणि त्यातच १० मार्च १८९७ रोजी त्यांची प्राणज्योत मावळली. एका प्रगल्भ कर्मयोगी जीवनाची सांगता झाली.

येथे या प्लेगच्या साथीतील त्यांची प्रत्येक कृती देण्याचा प्रयत्न यासाठी केला गेला की, ती प्रत्येक कृती अतिशय महत्त्वपूर्ण आहे. एवढा त्रास होत असताना स्वत:जवळ पैसा नसताना, स्वत:मध्ये काहीही कार्य करण्यासाठी प्राण उरला नसतानासुद्धा त्या झटत होत्या आणि एक-एक जीव वाचवित होत्या. अगदी त्यांच्या अंतापर्यंत. असे अलौकिक व देदीप्यमान कार्य सावित्रीबाईच करू शकल्या.

म्हणून म्हणता येईल की,

अडाणी जनांचा असे कर्णधार
तयांना देत असे सदा सद्‌विचार
कृतीवीर होत्या तशाच ज्ञानयोगी
स्त्रिया शूद्रांसाठी सदा दु:ख भोगी

∞∞

भावांजली

१. वंदन

परंपरा चालीरीती, रूढी मोडल्या समाजविकासासाठी
क्रांतिकारक, समाजसुधारक सावित्रीबाईंना वंदन करते त्यासाठी
जातीने न मिळते मोठेपण
थोरपणासाठी हवेत उत्तम गुण
सत्यवर्तन, समाजोद्धार, अस्पृश्य निर्मूलन
माता-पिता, समाज अन् घर सोडिले या कार्यासाठी
क्रांतिकारक, समाजसुधारक सावित्रीबाईंना वंदन करते त्यासाठी ।।१।।
मुलींची पहिली शाळा सुरू केली पुण्याला
स्वत:चा पाण्याचा हौद सर्वांसाठी केला खुला
जनकल्याणास्तव सत्यशोधक समाज स्थापन केला
झुंजार लढल्या त्या स्त्रिया, अस्पृश्य व समाजोद्धारासाठी
क्रांतिकारक, समाजसुधारक सावित्रीबाईंना वंदन करते त्यासाठी ।।२।।
प्रौढांचे, विधवांचे केले पुनर्वसन
समोर गेले ते सर्व रूढी मोडून
स्वत:चा प्रपंच दिला सोडून
दिले स्त्रियांना शिक्षण त्यांनी जीवन यशस्वितेसाठी
क्रांतिकारक, समाजसुधारक सावित्रीबाईंना वंदन करते त्यासाठी ।।३।।
हालअपेष्टा उभयतांनी भोगून
सत्यवर्तन, समाज निर्मूलन
नवीन आचार-विचार समर्पण
न्याय, समता, बंधुतेचा केला पुरस्कार पुनर्निमाणासाठी
क्रांतिकारक, समाजसुधारक सावित्रीबाईंना वंदन करते त्यासाठी
वंदन करते त्यासाठी ।।४।।

❐❐❐

२. त्यागी जीवन

जीवनात जो करतो संघर्ष
त्याचाच होतो उत्कर्ष
त्यागुनी आपला स्वार्थ
करतात समाजाचा परमार्थ
    सावित्रीने लाविले पुण्याला शिक्षणाचे बीज
    त्यांनी केले त्याचे खरे चीज
    करुनी सर्वस्वाचा त्याग
    फुलविली त्यातुनी बाग
जरी शूद्र असले ग्रामीण
त्यातच जाणवली रत्नांची खाण
घडविले त्यांना शिक्षण देऊन
घडविले जीवन त्यांचे पैलू पाडून
    शिक्षण घेण्याचा संस्कार
    पोहचविला घरोघर
    माणुसकी करण्या जतन
    घेतले उभयतांनी स्वत:ला वाहून

□□□

३. सावित्रीबाईसारखे होता येतं का?

आज देशात पहा कोणी ना कोणी मरतच आहे
कालचक्र तर सावित्रीबाईच्या काळापासून आजपर्यंत फिरतच आहे

सारीकडे लोक भुलावण्या देतात
स्वत:च्या स्वप्नपूर्तीसाठी पैसे साऱ्यांचे खातात
सत्तेच्या लोभी राजकारणात
हिंसेच्या आगीत मात्र दुसऱ्यांना जाळतात
द्या लक्ष सज्जनांनो यातून कुणाला वाचवता येतं का?
आठवण करा सावित्रीबाईची त्यांच्यासारखे धैर्य दाखवता येतं का?

करतात खोटे धंदे सर्वजण व्यवहारात
खंत नसते थोडीशीही त्यांच्या मनात
देतात हातावर तुरी पांढऱ्या स्वच्छ पोशाखात
मन असते तेवढेच काळे कार्य त्यांचे दिमाखात
द्या लक्ष सज्जनांनो यातून कुणाला वाचवता येतं का?
कार्य करा सावित्रीबाईप्रमाणे, बघा त्यांच्यासारखे झुंजता येते का?

एकदाची इंग्रजांची गुलामीही बरी होती
गरिबाला पत आणि पैशाला प्रतिष्ठा होती
आज पुन्हा एकदा आंधळं दळतंय
अन् कुत्रं पीठ खातंय
खोटे समाजकारणी, राजकारणी सदा सुखी
पण कर्जाच्या आगीत जळणारा धरतीपुत्र दु:खी
द्या लक्ष सज्जनांनो, आगीपासून सावध राहता येते का?
कार्य करा सावित्रीबाईप्रमाणे त्यांच्यासारखे युगस्त्री होता येते का?

❑❑❑

४. करा देशाचा विचार

देशाच्या सुपुत्रांनो
या देशाच्या भविष्याचा करा विचार
पुढे पुढे जाताना
मागचेही आठवा
या देशाच्या जवानांनो
उपकार फेडा या धरणीमातेचे

त्या वेळी केला नसता प्रयत्न फुले दांपत्याने
नसते शिक्षण घेतले आजही स्त्रियांनी
त्यांनी नाही केला स्वार्थाचा विचार
स्त्रिया व शूद्रातिशूद्रांचा विकास हाच सद्विचार
म्हणून म्हणते करा देशाच्या भविष्याचा विचार

भ्रष्टाचाराला आळा घाला
भविष्य बनवा देशाचे
जसे बनविले सावित्रीबाईने
स्त्रियांचे, शूद्रातिशूद्रांचे
त्यांनी त्या वेळी व्यक्तिविकासाचा केला विचार
म्हणून म्हणते करा देशाच्या भविष्याचा विचार

गुलाम येथे शेतकरी
अनेक चोर येथे भ्रष्टकारी
करा त्यांचा नाश
भ्रष्टाचाराच्या गुलामीचा पर्दाफाश
शेतकऱ्यांना येथे घेऊ द्या मुक्त श्वास
जसा सावित्रीबाईने तत्कालीन समाजात
जागविला शिक्षणसंस्काराचा अट्टाहास

म्हणून म्हणते करा देशाच्या भविष्याचा विचार

सावित्रीबाईच्या कार्यापासून आजही
घेता येते प्रेरणा
हातात घ्या कार्य द्या मूठमाती
अनिष्ट कार्यांना
ठेवा सतत देशाचा विचार
बनेल देश महान करा फक्त देशाचा विचार
म्हणून म्हणते करा देशाच्या भविष्याचा विचार

❐❐❐

९. सावित्रीबाई जन्मल्या नसत्या तर?

सावित्रीबाई जन्मल्या नसत्या तर...
हा भारत देश मात्र
अनेक वर्षे मागे राहिला असता
स्त्रीशिक्षणाच्या चळवळीत
स्त्रिया आपल्या भावना
व्यक्त करू शकल्या नसत्या

सावित्रीबाई जन्मल्या नसत्या तर...
प्रस्थापित पुरुषप्रधान संस्कृतीने
आपलाच तोरा मिरवला असता
'चूल व मूल' या वर्तुळाच्या बाहेर
स्त्री कधी गेलीच नसती
तिला सीमारेषाची मर्यादा समजलीच नसती.

सावित्रीबाई जन्मल्या नसत्या तर...
मिळाले नसते स्त्रियांना वैयक्तिक स्वातंत्र्य
नसते लिहू शकल्या साहित्य तंत्र
नसत्या लिहू शकल्या कथा-कादंबऱ्या
राहिल्या असत्या चार भिंतीच्या आत
नसते स्पष्ट केले स्वैर विचार

सावित्रीबाई जन्मल्या नसत्या तर...
इंदिरा गांधी, किरण बेदी साकारल्या नसत्या
भारताच्या प्रथम नागरिक प्रतिभा पाटील बनल्या नसत्या
मेधा पाटकरसारखी जिद्दीने कार्य करणारी नसती
जुन्या चालीरीती, परंपरेच्या ढिगाऱ्याखाली
नवे विचार, स्त्रीसृजन दाबले गेले असते

❑❑❑

६. ज्योतिबा – सावित्रीबाई 'आजही'

अडाणी जनांचा झाले कर्णधार
तयांना दिला असे सद्विचार
कृतिवीर होते तुम्ही तसेच ज्ञानयोगी
स्त्रिया शूद्रांसाठी सदा दु:ख भोगी

माहेर असे पंढरीचे
विठ्ठल रखुमाई असे मायबाप
तसेच दैवत पाहतो आम्ही आज
ज्योती सावित्री अंत:करणात

आजही क्रांतिवीर - क्रांतिज्योती तुम्ही स्फूर्तिदाता
स्त्री व शूद्रातिशूद्र जातीचे आश्रयदाता
काळही मागे तुम्हाला टाकू न शकला
तुमच्या उन्नत विचारधनाला
नमस्कार माझा क्रांतिज्योती - क्रांतिसूर्याला

❑❑❑

कर्मयोगिनी सावित्रीबाई फुले यांचा जीवनपट व क्रांतिकार्य

३ जानेवारी १८३१	-	सावित्रीबाईंचा जन्म सातारा जिल्ह्यातील खंडाळा तालुक्यातील नायगाव या छोट्याशा गावी झाला.
१८४०	-	ज्योतीराव फुले यांच्याबरोबर सावित्रीबाईंचा विवाह
१८४१	-	शिक्षण घेण्याची सुरुवात
१८४६-४७	-	नॉर्मल स्कूलमधून तिसऱ्या व चौथ्या वर्षांच्या परीक्षा उत्तीर्ण
१८४७	-	सावित्रीबाई पहिल्या प्रशिक्षित शिक्षिका म्हणून तयार झाल्या.
१८४७	-	महारवाड्यात सगुणाबाईसह शाळा काढून चालविली
१ जानेवारी १८४८	-	पुणे येथे बुधवार पेठेत भिडेंच्या वाड्यात मुलींची देशातील पहिल्या शाळेचा प्रारंभ व सावित्रीबाई प्रथम शिक्षिका
१५ मे १८४८	-	शूद्रांच्या मुलींसाठी शाळा काढली
१८४९	-	पुण्यातील उस्मानशेख यांच्या वाड्यात प्रौढांसाठी शाळा उघडली
१८४९	-	शूद्र अतिशूद्रांच्या शिक्षणासाठी, कार्यासाठी ज्योतिरावांबरोबर गृहत्याग
१४ जानेवारी १८५२	-	महिला सेवा मंडळातर्फे पहिला सार्वजनिक तिळगूळ समारंभ
१५ मार्च १८५२	-	वेताळपेठेमध्ये मुलींची तिसरी शाळा
१६ नोव्हेंबर १८५२	-	शैक्षणिक कार्याबद्दल फुलेदांपत्याचा इंग्रज सरकारकडून गौरव व सावित्रीबाईंचा आदर्श शिक्षिका म्हणून गौरव
२८ जानेवारी १८५३	-	बालहत्याप्रतिबंधक गृहाची स्थापना
१२ फेब्रुवारी १८५३	-	मेजर कँडी यांच्या अध्यक्षतेखाली सर्व शाळांचा

		एकत्रित बक्षीस समारंभ
१८५४	-	'काव्यफुले' हा पहिला काव्यसंग्रह प्रसिद्ध
१८५५	-	शेतकरी व मजूर स्त्री-पुरुषांसाठी रात्रीची शाळा व अध्यापनकार्य
१० ऑक्टोबर १८५६	-	पहिले पत्रलेखन
२५ डिसेंबर १८५६	-	'ज्योतिबांची भाषणे' हे पुस्तक प्रसिद्ध केले.
१८६४	-	अनाथ बालकाश्रम उघडला
१८६५	-	काशीबाई या ब्राह्मण बालविधवेच्या मुलास दत्तक घेतले
१८६८	-	स्वत:च्या घरचा हौद पाण्यासाठी अस्पृश्याकरिता खुला केला.
२९ ऑगस्ट १८६८	-	दुसरे पत्रलेखन
फेब्रुवारी १८७१	-	यशवंताचे दत्तकविधान
२४ सप्टेंबर १८७३	-	सत्यशोधक समाजाची स्थापना
२५ डिसेंबर १८७३	-	सत्यशोधक समाजाच्या पद्धतीने पहिला ब्राह्मणरहित विवाह संपन्न केला.
२० एप्रिल १८७७	-	तिसरे पत्रलेखन
१८७६ ते १८७७	-	भीषण दुष्काळातील कार्य, शासनाला रोजगार-कार्य सुरू करण्यासाठी आवाहन केले व ५२ अन्नछत्रालय चालविली.
११ मे १८८८	-	ज्योतिराव फुले यांना 'महात्मा' पदवी प्रदान
४ फेब्रुवारी १८८९	-	दत्तकपुत्र डॉ. यशवंत यांचा ससाण्यांच्या मुलीशी विवाह
२८ नोव्हेंबर १८९०	-	महात्मा ज्योतिराव फुले यांचा मृत्यू
१८९२	-	दुसरा काव्यसंग्रह 'बावनकशी सुबोध रत्नाकर' प्रकाशित झाला
१८९३	-	सासवड येथील सत्यशोधक समाजाच्या अधिवेशनाच्या अध्यक्षा
१८९६	-	पुन्हा महाराष्ट्रात दुष्काळ
फेब्रुवारी १८९७	-	पुण्यात प्लेगची साथ
१० मार्च १८९७	-	प्लेगच्या साथीत रोग्यांची सेवा करताना प्लेगने क्रांतीज्योतीची प्राणज्योत मालवली

१० मार्च १९९७ ते १९९८	-	महाराष्ट्रात स्मृतिशताब्दी व राष्ट्रीय सन्मान
१० मार्च १९९८	-	भारत सरकारच्या डाक - टपाल खात्याने त्यांच्या सन्मानार्थ पोस्टाचे तिकीट प्रसिद्ध केले.

०००

संदर्भ ग्रंथसूची

१)	सावित्रीबाई फुले समग्रवाङ्मय	संपादक डॉ. मा. गो. माळी	महाराष्ट्र राज्य साहित्य आणि संस्कृती मंडळ
२)	क्रांतीज्योती सावित्रीबाई ज्योतीराव फुले	डॉ. मा. गो. माळी	मॅजेस्टिक प्रकाशन
३)	महात्मा ज्योतिराव फुले	धनंजय कीर	गिरगाव, मुंबई पॉप्युलर प्रकाशन, मुंबई
४)	महात्मा फुले समग्रवाङ्मय	धनंजय कीर	स. गं. मालशे महाराष्ट्र राज्यसाहित्य आणि संस्कृती मंडळ, मुंबई
५)	स्त्री शिक्षणाची वाटचाल	डॉ. कु. सरोजिनी बाबर	शिक्षण संचालनालय म. रा. पुणे
६)	स्त्री जीवनविषयक काही प्रश्न	सौ. कमलाबाई टिळक	व्हीनस बुक स्टॉल, पुणे
७)	थोर समाजसेविका सावित्रीबाई फुले	प्रेमा गोरे	श्रीविद्या प्रकाशन पुणे ३०
८)	सावित्रीबाई फुले	जी. ए. उगले	साकेत प्रकाशन औरंगाबाद
९)	ज्योतींची ज्योत सावित्रीबाई फुले	सौ. शालिनी रंगनाथ जोशी	श्री विठ्ठल प्रकाशन, पुणे
१०)	सावित्रीबाई फुले	डॉ. सौ. क्षमा लिमये	ज्ञानेश प्रकाशन नवनिर्माण, प्रतापनगर नागपूर
११)	क्रांतीज्योती सावित्रीबाई फुले	सौ. सुधा पेठे	नीहारा प्रकाशन पुणे २
१२)	भारतातील आद्य स्त्रीशिक्षिका सावित्रीबाई फुले	विश्वनाथराव बावळे	लोकराज्य विशेषांक
१३)	समाजशिक्षिका सावित्रीबाई फुले	मधु सावंत	निर्मल प्रकाशन, नांदेड
१४)	सावित्रीबाई ज्योतीराव फुले	प्रा. झुंबरलाल कांबळे	सुगावा प्रकाशन, पुणे
१५)	क्रांतीज्योती सावित्रीबाई फुले	डॉ. मा. गो. माळी	आशा प्रकाशन, गारगोटी
१६)	स्त्रीभूषण सावित्रीबाई फुले	श्रीमती सरोज देशपांडे	मुक्तरंग प्रकाशन
१७)	आदर्श स्त्री सावित्रीबाई	सौ. फुलवंतीबाई झोगडे	लोकराज्य विशेषांक, लातूर

OOO

लेखिका परिचय

नाव	-	डॉ. सौ. किरण कृष्णराव नागतोडे
शिक्षण	-	एम. ए. (राज्यशास्त्र, समाजशास्त्र, मराठी)
		एम. एड. पीएच. डी. (शिक्षणशास्त्र)
जन्मतारीख	-	१/०७/१९६०
शैक्षणिक सेवा	-	सहाय्यक प्राध्यापिका, स्वावलंबी शिक्षण महाविद्यालय, वर्धा

प्रकाशित पुस्तके

१) 'कर्मयोगी विनोबा' भाग १, २, ३ या पुस्तकाला १९९४-९५ या वर्षातील मराठी भाषेतील महाराष्ट्र राज्य उत्कृष्ट बालवाङ्मय निर्मिती पुरस्कार मिळाला.

२) बी. एड. अभ्यासक्रमाचे 'शालेय व्यवस्थापन व भारतीय शिक्षणातील आधुनिक विचारप्रवाह'

३) शालेय अभ्यासक्रम व बी. एड्. अभ्यासक्रमाला लागू असलेले 'नैतिकमूल्य शिक्षण'

४) कर्मयोगिनी अहिल्याबाई होळकर

५) मराठी कादंबरी 'दृष्टिकोन'

६) बी. एड्. अभ्यासक्रमाचे 'अध्ययनकर्त्याचा विकास व अध्यापन अध्ययन क्रियेचे मानसशास्त्र'

७) बी. एड. अभ्यासक्रमाचे 'भारतीय शिक्षणप्रणालीचा विकास'

८) वैश्विक संतमहात्म्यांचे जीवनदर्शन - ग्रामगीता,

- जीवनशिक्षण, शिक्षण संक्रमण, शिक्षण समीक्षा, शिक्षण भारती सन्मती, श्रीमाळी वैभव व नियतकालिके यातून विविधांगी शैक्षणिक व सामाजिक लेखन प्रकाशित.
- जिल्हा, महाराष्ट्रराज्य व अखिल भारतीय स्तरावरील विविध शैक्षणिक परिषदांमध्ये पेपर प्रकाशित करून कुतियुक्त सहभाग दिलेला आहे.
- यशवंतराव चव्हाण महाराष्ट्र मुक्त विद्यापीठ, नाशिक यांच्या अभ्यासक्रमाची समंत्रक व समन्वयक म्हणून कार्य
- विदर्भ प्रदेश विकास परिषद, वर्धा जिल्हा महिला कार्यकारिणी सदस्य, वर्धा जिल्हा फुले समता परिषद कार्यकारिणी सदस्य तसेच वर्धेतील व वर्धेबाहेरील सामाजिक व शैक्षणिक संस्थाशी पदाधिकारी व सदस्य या नात्याने संबंध.
- राष्ट्रीय व राज्यस्तरावरील शैक्षणिक चर्चा, कार्यशाळा, शिबीरे ह्यामध्ये कृतियुक्त सहभाग
- विविध विद्यापीठातील शिक्षण महाविद्यालयात विविध विषयांवर व्याख्याने
- आकाशवाणी नागपूर केंद्रावरून शैक्षणिक कार्यक्रमांतर्गत विविध विषयावरील भाषणे, चिंतन, रूपक व दृष्टिक्षेप या कार्यक्रमांतर्गत भाषणे
- सामाजिक, सांस्कृतिक, शैक्षणिक कार्यक्रमांतर्गत सतत सहभागी राहून कार्य करण्याचा प्रयत्न असतो.
- राष्ट्रसंत तुकडोजी महाराज नागपूर विद्यापीठ, नागपूरच्या शिक्षणशास्त्र विषयाच्या पिएच. डी. करिता मार्गदर्शिका तसेच कविकुलगुरू कालीदास संस्कृत विद्यापीठ रामटेक येथील शिक्षणशास्त्र विषयाच्या पिएचडी करीता मार्गदर्शिका.
- स्वामी रामानंद तीर्थ मराठवाडा विद्यापीठ, नांदेड येथील पीएच. डी. ग्रंथ तपासण्याचे व मूल्यमापनाचे कार्य
- राष्ट्रभाषा प्रचार समिती, वर्धा येथील कोविद परीक्षेचे पेपर काढणे व त्यांचे मूल्यांकनाचे कार्य करणे
- लायन्स क्लब इंटरनॅशनल, गांधी सिटी वर्धा' यांची सदस्य व कृतिशील सहभाग

ooo

पुरस्कारप्राप्ती

१) 'कर्मयोगी विनोबा' भाग १, २, ३ याला महाराष्ट्र राज्य शासनाचा उत्कृष्ट बालवाङ्मय निर्मिती पुरस्कार

२) सत्यशोधक छत्रपती ज्ञानपीठ धुळेद्वारा 'आदर्श केंद्र पुरस्कार'

३) अखिल भारतीय दलित साहित्य अकादमी, दिल्लीद्वारा विरांगना सावित्रीबाई फुले राष्ट्रीय पुरस्कार.

४) मानव प्रबोधन कला अकादमी औरंगाबाद द्वारा 'गुणवंत साहित्य समाजसेवा रत्न पुरस्कार'

५) युवा समूह प्रकाशन, वर्धा द्वारा राज्यस्तरीय गौरव पुरस्कार

६) अखिल भारतीय दलित साहित्य अकादमी, दिल्लीद्वारा महात्मा फुले राष्ट्रीय फेलोशिप पुरस्कार

७) राष्ट्रीय एकात्मता फेलोशिप पुरस्कार - अखिल महाराष्ट्र पत्रकारसंघ, मुंबईद्वारा

८) 'महाराष्ट्र राज्य शासन, मुंबईद्वारा 'अहिल्यादेवी होळकर पुरस्कार.'

९) छत्रपती राजर्षि शाहू बहुजनमित्र पुरस्कार, धुळे.

१०) राष्ट्रसंत तुकडोजी महाराज राष्ट्रीय पुरस्कार राष्ट्रसंत तुकडोजी महाराज बहुउद्देशीय सेवा केंद्र जळगाव

०००